அம்மாவின் பதில்கள்

& பிற கதைகள்

ஸ்ரீதர் நாராயணன்

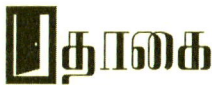

தாகை

யாவரும்
பப்ளிஷர்ஸ்

The views and opinions expressed in this book are the author's own. The facts contained herein were reported to be true as on the date of publication by the author to the publishers of the book, and the publishers are not in any way liable for their accuracy or veracity.

- அம்மாவின் பதில்கள் ● சிறுகதைகள் ● ஸ்ரீதர் நாராயணன் ©
- முதல் பதிப்பு : செப்டம்பர் 2022
- Am'māviṉ patilkaḷ ● Short sories ● Sridhar Narayanan ©
- First Edition : September 2022
- Pages : 134 ● Price : ₹ 170/-
- ISBN : 978-81-955158-7-5

Released by :

Padhagai and **Yaavarum Publishers,**
24, Shop no - B, S.G.P Naidu Complex,
Dhandeeswaram Bus Stop
Opp: Bharathiar Park
Velachery Main Road
Velachery, Chennai - 600 042

90424 61472 / 98416 43380
editor@yaavarum.com
Url : www.yaavarum.com; www.be4books.com

Designed by :
Y Creations

All rights, including professional, amateur, motion pictures, recitation, public reading, broadcasting and the rights of translation into foreign languages are strictly reserved. No part of this book may be reproduced in whole or in part or utilized in any form or by any means electronic or mechanical, including photocopying, recording or by any information storage and retrieval system now known or hereafter invented, without the prior written permission of the author/publisher.

முதலெழுத்தை எழுத வைத்த அன்னைக்கு
இந்நூலை சமர்ப்பிக்கின்றேன்.

ஸ்ரீதர் நாராயணன்

சொந்த ஊர் மதுரை. தகவல் தொழில்நுட்ப வல்லுனராகப் பணியாற்றும் இவர், பணி நிமித்தம் தற்போது வசிப்பது அமெரிக்காவில் பெனிசில்வேனியா மாகாணம். நீண்ட காலமாக வலைப்பூவிலும் சொல்வனம், பதாகை, தமிழினி உள்ளிட்ட இணைய இதழ்களிலும் அவ்வப்போது எழுதி வருகிறார். இவரது முதல் தொகுப்பாக, "கத்திக்காரன்" எனும் சிறுகதைத் தொகுப்பு வெளியானது. இது இவரது இரண்டாவது தொகுப்பு.

தொடர்புக்கு : vnsridhar@gmail.com

கர்ண நாதம்

பெரும் ஓசையுடன் ஒன்று கிளம்பும்போது கொஞ்சம் பின்வாங்கவேண்டியிருக்கிறது. அந்த ஓசையை உள்வாங்க. அந்த ஓசையுடன் வருவதைச் செவிமடுக்க. அதில் கலந்திருப்பதைப் புரிந்துகொள்ள. அதில் இழைந்துவரும் ஒலிநயங்களை வேறுபடுத்திப் பொருள்கொள்ள. அப்படிச் செய்யாவிட்டால் அது வெறும் ஓசையாகவே நின்றுவிடும். ஸ்ரீதரின் கதைகளில் ஏகப்பட்ட ஓசை. விடாத பேச்சொலி. சொற்களின் பிரவாகம். நகர வாழ்க்கை மற்றும் புறநகர் வாழ்க்கையின் நடைமுறை ஓசைகள். விடாது ஒலித்து சேதிகள் வருவதைச் சொல்லும் கைபேசி; ஏழரையைக் கூட்டுபவர்கள் பேச்சொலி; சாபமிடும் பெண்களின் ஆங்கார ஒலி; ஒப்பாரி ஒலி; லாரியும் பேருந்துகளும் ஆட்டோக்களும் தடம் புரண்டு ஓடும் சத்தம்; சிகரெட் பற்றவைக்கும் மென்னொலி; தழுதழுத்துப் பேசும் ஒலி; கேவல் ஒலி; தெருவோரம் போய் பிளாட்பார க்ரில்லைப் பிடித்துக்கொண்டு ஓங்கரித்தபடி வரும் வாந்தி ஒலி; கல்யாணத்தில் எல்லோரும் பேசும் சளசளவென்ற பேச்சு; வாள்வாள் என்று அழும் பிறந்த குழந்தையின் அழுகையொலி; பூஜைச் சடங்கொலி; நெல்லைத் தமிழில் ஏச்சுப்பேச்சு; கண்ணாடித் தம்ளர்களில் ஃப்ரூட் மிக்சர் ஊற்றும் ஒலி; நார்மடி உடுத்தி வெடுக்வெடுக்கென்று பேசும் சரசம்மா பாட்டியின் பேச்சொலி; அவளைப் பற்றியே விடாமல் பேசும் அவள் வயதான மகனின் புலம்பலொலி; பலரால் சித்திரவதை செய்யப்படும் ஒருவனின் அலறல்கள்; இறந்த மகனின் சடலத்தைத் தேடிப்போய் அவன் சடலம் கிடைக்காதலால் எழும்பும் ஒரு தாயின் ஓங்கியெழும் அழுகையொலி. இப்படித் தொடர்ந்து வந்து தாக்கும் சத்தங்கள். சற்றுத் தடுமாறிப்போகும்போது பச்சைப்பசேல் என்ற புல்லில் மறைந்து கிடக்கும் பச்சைப் பாம்பு கண்ணில் படுவதுபோல் கதைகளினூடே ஓடும் மௌனத்தின் தடங்கள் கண்ணில் படுகின்றன. அந்தத் தடங்களில் நடக்கும்போது மெல்ல மெல்ல ஒவ்வொரு கதையும் விரிந்துகொண்டேபோய் எட்ட முடியாத வெளிகளுக்கு இட்டுச்செல்கிறது. எல்லா ஒலியையும் உள்ளடக்கிக்கொண்டு ஒலிக்காமல் கிடக்கும் வெளிகள். அந்த வெளிகளில் நின்றுகொண்டுதான் ஸ்ரீதர் கதை சொல்கிறார்.

சுதந்திரமான தாயின் பல பதில்களைத் தன்னுள் புதைத்துவைத்திருக்கும் மகன். எட்வர்ட் மூங்க்கின் ஒலியில்லாத "ஓலம்" ஓவியத்தின் பௌதிக

உண்மையாய் அவன் வாழ்வு. செயற்கை ஃபைபர் காலில் மறைந்துள்ள ஜன்மக் கணக்கு. தரகு பேசப்படும் தனத்தின் பேச்சு எழும்ப வகையில்லா மௌனம். உற்றுக் கேட்பவர்கள் செவிகளுக்கு மட்டுமே கேட்கும் உடைத்துக்கொண்டு வரும் வெள்ளத்தில் கலந்திருக்கும் பல ஓசைகள். பூவாசம் முகர முடியாத ஒருவனின் முரட்டுத்தனமும் அவன் மனைவியின் உடலில் உள்ள சிகரெட் சூட்டுத் தழும்புகளும் அழிக்கமுடியாதபடி அவளுள்ளே மறைந்திருக்கும் பேசப்படாத காதல். இருபதாண்டுகளுக்குப் பின் மொட்டாய்க் கிடக்கும் கனிவை யதார்த்த உலகின் நடவடிக்கைகளில் பூட்டி வைக்கும் மௌனம். பத்திரிகை திருடும் கள்ளம். பழங்கால வீட்டின் ஓர் உள் அறையின் மூலையில் பல ஆண்டுகளாக கடன் சிட்டையுடன் விழுந்து கிடக்கும் அடகு வைத்த சவரப் பெட்டி; அத்துடன் பேச்சற்றுப்போன ஒரு கிழவர். இழவு வீட்டில் பதினான்கு வயதில் விதவையான நார்மடி உடுத்திய பெயரற்றுப்போய் விட்ட சரசம்மா பாட்டியைப் பற்றிப் பலரும் பேசும்போது கொடுங்களூர் ரெவென்யூ ஆபீஸில் தாழம்பூவில் மல்லிகைச் சரம் கோர்த்துப் பூ தைத்த பின்னலுடன் இருக்கும் அவள் பதினான்கு வயது புகைப்படத்தைத் தன் பர்ஸில் எப்போதும் வைத்திருக்கும் ஒருவனின் அமுங்கிப்போன காதல். இத்தனை மௌனங்களையும் நத்தைக்குள் இருக்கும் முத்துபோல் சுமந்துகொண்டு கடலாழத்தில் வைக்கும் கதைகள்.

இந்தக் கதைகளின் மௌனத்தில் அன்றாட வாழ்க்கையை உரக்கவும் மெல்லவும் பேசியபடி நகர்பவர்கள் சாதாரண மனுஷிகள்; ஆண்கள். எந்த அசாதாரணத் தன்மையும் இல்லாத, பேருந்திலும் ரயிலிலும் கடைகண்ணிகளிலும் ஓட்டல்களிலும் திருவிழாக்களிலும் திருமணங்களிலும் வீட்டில் செய்யும் வைபவச் சடங்குகளிலும் அன்றாடம் நாம் பார்க்கும் சாதாரண நபர்கள். குடிகாரக் கணவனின் பொறாமையையும் சொல்லம்புகளையும் தாங்கமுடியாமல் அவளுடன் வரும் தேர்வைச் செய்யமுடியாத பதிமூன்று வயதுப் பையனை விட்டுவிட்டுத் தைரியமாக வெளியே வந்து தனக்கென்று ஒரு வாழ்வு அமைத்துக்கொண்டு எல்லோர் வாய்க்கும் அவலாகி மெல்லப்படும் கல்யாணி சாரங்கன் உலகெங்கும் உண்டு. அவர்கள் கதைகள் அவர்கள் தரப்பிலிருந்து அவர்கள் மகன்களால் அநேகமாய்க் கூறப்படுவதில்லை. இரு மனைவிகளை மணந்த ஒருவர் விட்டுச் செல்லும் ஜன்மக் கணக்கை இரு சகோதரர்கள் வெளிப்படையாகப் பேசாமலேயே தீர்த்துக்கொள்ளும் சிகரெட் புகை கப்பிய கதையில் வரும் துரையும் குமரப்பெருமாளும் போர்டுகள் எழுப்பும் வேலையின் உரத்த உரையாடல்களும் உத்தரவுகளும் வசவுகளும் விழும் இடத்தில் இருப்பவர்கள்தாம். சாபமிடும் பெண்களும் புரோட்டாக் கடைகளும் ஆஃபாயில் ஆர்டர்களும் ரௌடிகளும் சூழ்ந்த அவர்கள் வாழ்வில் எல்லாவற்றையும் ஆறப்போடச்சொல்லும் விடாமல் புகைபிடிக்கும் தயாளன்களும் இருப்பதுதான் விசேஷம்.

சேட்டு ஒருவர் நடத்தும் ஆயத்த உடைகள் விற்கப்படும் கடையில் வேலை செய்யும் ஒரு பெண்ணும் அவள் பெற்றோர்களும் வாழ்க்கையில் எவ்வளவு உரிமைப் போராட்டம் செய்ய முடியும்? சேட்டு அந்தப் பெண்ணை உடல்ரீதியாக உபயோகித்துக்கொண்டால் அவள் டாக்டரிடம் கூட்டிப்போகப்படுவாள். அவளுக்கு ஒன்றும் ஆகாது. அவள் தரகு பேசப்படும் ஒரு பண்டம். கிடைக்கக்கூடியது ஐம்பதாயிரம் ரூபாயும் அப்பாவுக்கு வேலையும் வெகு தூரத்தில் இருக்க ஒரு வீடும் அவள் வேலை போய்விடாது என்ற உறுதிமொழியும் கூடவே ஒரு தயார் உடைப் பொட்டலுமும்தான். இதைத் தெரிந்துகொண்டும் ஒன்றும் செய்யமுடியாமல் இருக்கும் சரியான அரசு வேலை கிடைக்காத கருணாகரன்களும் இருப்பதுதான் ஏதோ வகையில் வாழ்க்கையின் கொந்தளிப்புகளைச் சமனப்படுத்துகிறது. காளான்களாக முளைத்திருக்கும் கணினி மற்றும் ஜெராக்ஸ் கடைகளில் புத்தக அட்டை, பக்க வடிவமைப்பு கற்றுக்கொண்ட மாலினி ஏமாந்துபோனபோதுகூட அவள் ஏமாற்றியவனைப் பார்த்து இரண்டு வார்த்தை கேட்கத் துரைப்பாக்கம்வரை தன்னுடன் வர அழைப்பது வழவழப் பக்கங்களில் பெண்களின் புகைப்படங்களைப் பார்த்துக்கொண்டு, அம்மாவின் வசவுகளைக் கேட்டுக்கொண்டு, வேலையில்லாமல் ஊர்சுற்றும் காசியைத்தான். அவளுக்கு வேறு கதியில்லை. கண்ணகி மாதிரி அவளால் நீதி கேட்கவும் முடியாது. காசி கூறுவதுபோல் "பஜாரி மாதிரி" செருப்பால் அடிக்கத்தான் முடியும் அவளால். தெருவோரத்தில் வாந்தி எடுக்கும்போது அதை அருவருப்புடன் பார்ப்பதும் அந்தக் காசிதான். ஆனால் அவளை வீடுவரை கொண்டுவிடும் அளவு அவனிடம் பரிவு இருக்கிறது. அவள் தோழமையுடனும் நன்றியுடனும் அவனைப் பார்த்துப் அரைப்புன்னகை செய்யலாம். ஆனால் அந்தப் புன்னகைக்கு எதிர்காலம் கிடையாது. மனத்தினுள் உள்ள ஆற்றாமையும் ஆத்திரமும் அழுகையும் உடைந்து வெள்ளமாய் வெளியே வரும்போது அந்த ஓசையும் மாலினிக்கு மட்டுமானதுதான். கதையின் முடிவில் அவனுடைய அம்மா மாலினியுடன் கல்யாணப் பேச்சை எடுக்கும்போது அவளுக்கு வெடுக்கென்று பதில் கூறிவிட்டு "ஒரே கசகசன்னு இருக்கு" என்று கூறிவிட்டுக் குளிக்கப்போகும் காசிதான் சராசரி ஆண். இவ்வளவையும் கூறும் கதையின் உடைநீர் ஓசை, கதையில் வரும் ஒரு பாத்திரத்தின் அன்றைய மனம் உடைந்து வெள்ளம் பெருகும் ஓசை மட்டும் இல்லை. அது யதார்த்த வாழ்க்கையின் அன்றாடக் கசடுகளையும் கழிவுகளையும் அவலங்களையும் அவமானங்களையும் சேர்த்துக்கொண்டு வரும் வெள்ளத்தின் ஓசை. செவி இருப்பதாலேயே கேட்டுவிடும் என்று கூறமுடியாத ஓசை.

பூ வாசமாய் ஒரு சின்னப் பையனின் மனத்தில் நிலைத்துவிடும் ஒரு டீச்சர் அவன் மனத்திலாவது தான் "கறை படாதவளாய்" இருக்கவேண்டும் என்று

அவன் வளர்ந்தபின் அவனிடம் கூறுவது கண்ணில் படாத மெல்லிய பட்டு இழையாய் அவர்கள் உறவு இருப்பதைக் காட்டும் கணம். அகஸ்மாத்தாக இசைக்கருவி ஒன்றில் கைபட்டு அதிலிருந்து கிளம்பும் கலவையான ஓசைபோல் எழுந்து மறையும் கணம் அது. கதையின் வெகு ஆழத்தில், சிகரெட் நாற்றத்தின் இடையே புறங்கைச் சூட்டுத் தழும்புகளை மீறி வெண்தாமரையிதழில் டயமண்ட் பதித்த மோதிரத்துடன் மின்னிக்கொண்டு கிடப்பது. மேலே எல்லோரும் பார்த்துப் பூபோட்டுக் கும்பிடுவது படுக்கப்போட்ட பெரிய கல்தான். பாதாளியம்மன் இருப்பது சாலையின் கீழே.

அருமைத் தாத்தா ஒருவர். பாப்பாவின் செல்லத் தாத்தா. அவள் மனம் முழுவதும் வியாபித்திருப்பவர். பாப்பாவின் குழந்தைப் பருவ நினைவுகளில் முக்கியமானவர். வட்டிக்கடை வைத்திருக்கும் தாத்தா. தாத்தாவுடன் ஒன்றிவரும் பிம்பம் தாத்தாவுக்கு வழக்கமாக சவரம் செய்ய வரும் இன்னொரு கிழவர் வேலு. ஏழை. பாட்டியிடம் பழந்துணி கேட்பவர். மிகவும் வயதானதால் வருவதை நிறுத்தியவர். தாத்தா சாகக் கிடக்கிறார் வெளுத்துப்போன தலைமுடியும் மழிக்காத முகமுமாய். முகம் மழிக்கத் தேவையானவற்றைத் தேடத் தொடங்கும்போது நல்ல கூர்மையான கத்தி கிடைக்கிறது. அத்துடன் வேலுவின் சவர டப்பாவும். கூடவே முப்பது ரூபாய் முதலும் 12 ரூபாய் வட்டிக்குமான முறியடிக்கப்பட்ட சிட்டை. இப்படித்தான் வீழ்கிறார்கள் குழந்தைகள் மனத்தில் விச்வரூபத்தில் இருக்கும் சில பெரியவர்கள். கதை தாத்தாவைப் பற்றியது அல்ல. அந்தச் சிட்டை பாப்பாவின் மனத்தைத் தைத்து அதில் அவர் சிறுத்துப்போவதைக் குறித்தது.

கான்சருக்குப் பின்னால் வந்த மறதி நோயுடன் போராட வாழ்வின் ஒவ்வொரு வினாடியையும் நினைவுகூர்ந்து, விடாமல் பேசும் பெண். ”இது என்னடா பாவம் செஞ்சது? நாந்தான் ஏழு ஜென்ம பாவத்துக்கும் இப்படி கீமோ சோமோன்னு வெந்துபோறேன். இதையும் சேர்த்து என்னோட சுழல்ல அழுத்தி சாகடிச்சுருவேன் போலிருக்கே? எதாச்சும் சினிமா படத்துல வர்ற மாதிரி ஒரே நைட்ல ‘ட்க்’னு ப்ரக்னென்ட்டா ஆயி குழந்தை பெத்து இது கைல கொடுத்திட்டு அப்புறமா செத்து போயிடறேண்டா. புள்ளைங்கன்னா அவ்ளோ இஷ்டம்ப்பா இதுக்கு” என்று தன் கணவன் பற்றிக் கூறித் தாயாக ஆசைப்படும் பெண்ணும் அவளுக்காகப் பிரார்த்தனை செய்யும் ஒரு முதியவளும். இவர்களுடன் கதையில் கண்ணுக்குத் தெரியாத வேர்ப்பகுதியில் இருப்பது பள்ளிப் பருவத்தில் பொங்கல் வாழ்த்து அனுப்பி பச்சை மையில் கையெழுத்திட்ட ஒருவன் மனத்தின் காதல்போன்ற இளக்கம்.

பதினான்கு வயதில் வயிற்றில் எட்டுமாதப் பிள்ளையுடன் விதவையானவள் வேறு மாதிரித் தாய். நார்மடி உடுத்தியிருப்பவள் பெயர் என்னவோ சரசம்மா. ஆனால் ஒரு காலகட்டத்தில் ஊருக்கே பாட்டியம்மா. "ஊரையே வறுத்து வாயில் போட்டுக்கொள்ளும் சாமர்த்தியம்" உள்ளவள். சொத்து விவகாரம், ஆண்டிபோல் வாழும் மகன், குழந்தைக்காக ஆசைப்படும் பேத்தி, "டோப்" சாப்பிடும் மருமகன், அவளிடம் பலமுறை "துன்னூறு" வாங்கியிருப்பதைக் கூறி அவள் எவ்வளவு பெரிய ஆத்மா என்று பேசும் ஒரு கடைக்காரர் இவர்களுக்கு சரசம்மாவை நார்மடிப் பாட்டியாகத்தான் தெரியும். ஆனால் கதையில் நேரிடையாக வராமல் எங்கோ கொடுங்களூரில் இருக்கும் ஒருவர்தான் அவளைப் பதினான்கு வயதுக் குமரியாக நீள் முடியுடன் பூ தைத்த பின்னலுடன் பார்த்த ஒரே நபர். அந்தப் பதினான்கு வயதுப் பெண்ணை வாழ்க்கை என்ன செய்தது என்பதுதான் கதை. அவளைப் பதினான்கு வயதுப் பெண்ணாகவே தன்னுள் இருத்திக்கொண்டிருக்கும் ஒருவரைப் பற்றியதும்.

திடலில் கடைகளில் முறைவாசல் செய்து தண்ணீர் பிடித்துவைக்கும் வேலை செய்யும் செந்தாழை இன்னொரு தாய். ரௌடிக் கும்பலில் இருக்கும் ஐட்டங்காரனின் தாய். ஏதோ அடிதடி சண்டையில் அவன் கொலைசெய்யப்பட்டுவிட்டான். அவள் அவன் உடலை அடையாளம் காட்ட வேண்டும். போலீஸ்காரருடன் ஆட்டோவில் போகும் வழியில் பச்சைப்பட்டு கட்டி நிற்கும் மந்தையம்மனுக்குக் கற்பூரம் ஏற்றி அவளிடம் கண்ணால் சொல்லிக் குமுறவேண்டும். கட்டைவிரல் சூம்பிய மகனின் குழந்தைப்பருவத்தை நினைவுகூர வேண்டும். இப்போது ஐட்டங்காரனானதை நினைத்துப் புழுங்க வேண்டும். உடல்கள் கிடத்தப்பட்டிருக்கின்றன பிணக்கிடங்கில் நாற்றமடித்தபடி. இன்னும் ஒரே ஒரு உடல்தான் அடையாளப்படுத்தப்படவில்லை யாராலும். பச்சைப் போர்வை போர்த்திய உடல். போர்வையைத் திறப்பதற்கு முன்பே அழுகை. திறந்தபின்னும் ஓங்கிக் குரலெடுத்து அது அவள் மகன் இல்லை என்று நிம்மதியில் அழுகை. அது அவள் மகனாக இல்லையே என்ற நினைப்பில் அழுகை. இப்போதுதான் நல்ல வார்த்தை அவனைப் பற்றி இரண்டு கேட்டிருந்தாள். இனி திரும்பவும் ஐட்டங்காரன் அம்மாதான். இன்னும் யாரும் வந்து பார்த்திராத யார் பெற்ற மகனோ என்ற இரக்கத்தில் அழுகை. இவ்வளவும் கலந்த அழுகை. எத்தனையோ அம்மாக்களை நினைவுபடுத்தும் அழுகை.

இத்தனையும் "உடைத்துப்போட்ட வெண்டைக்காய் மாதிரி இருப்பார்", "ஓணானுக்கு உறை மாட்டிவிட்ட மாதிரி", "தரத்துக்கு ஏற்ற தரகு வடியலுக்கு ஏற்ற விறகு", "பொத்தி வச்ச பொண்ணு", "குத்த வச்ச

பொண்ணு", போன்ற அன்றாட மொழியில் நுணுக்கமாக எழுதப்பட்ட கதைகள். எல்லாக் கதைகளிலும் அவற்றின் போக்கு ஆச்சரியத்தை அளிக்கும் அல்லது உலுக்கிவிடும் முடிவு வரப்போகிறது என்று சூசகமாக காட்டிவிடுவது உண்மைதான். ஆனால் அது எப்படிப்பட்ட ஆச்சரியம் எப்படிப்பட்ட அதிர்ச்சி என்பது கதை முடிவில்தான் தெரிகிறது. அது ஒருவகையில் கதை சொல்பவரின் வெற்றிதான்.

ஸ்ரீதரின் கதைகள் வாழ்க்கையின் மிதந்துபோகும் பல கணங்களையும் அவற்றில் தொக்கியிருக்கும் உறவுகளையும் அவற்றினுள் உள்ள ஒலிகளையும் மௌனங்களையும் சுமந்துகொண்டு இருக்கின்றன. படிக்க படிக்க அவை அனைத்தும் எழும்பி வந்து மெல்ல மெல்ல செவியைத் துளைக்கும் கர்ணநாதம்போல் அதிர ஆரம்பிக்கின்றன.

- அம்பை

மும்பாய்,

6 டிசம்பர், 2019

முந்திச் செல்லும் காலம்

இதில் சில சிறுகதைகள் எழுதப்பட்டு பத்து பன்னிரெண்டு ஆண்டுகளுக்கு மேல் ஆகிவிட்டன. சில காலம் முன்னர், இக்கதைகளைப் பற்றிய பார்வையை எழுத்தாளர் அம்பையிடம் கோரிய போது, இது தொகுப்பாக வர வேண்டிய அவசியத்தை வலியுறுத்தியதோடு உடனே அதற்கான முன்னுரையை மனமுவந்து எழுதிக் கொடுத்தார். இவ்வளவு காலம் தொடர்ந்து எழுத்துப் பணியில் இருக்கும் பிரபல எழுத்தாளர் என்கிற பிம்பத்தின்பால் நமக்கு உண்டாகும் பதட்டத்தை மிக எளிமையான நட்புணர்வான அரவணைப்பால் போக்கிவிட்டார்.

இந்தத் தொகுப்பு வெளியாக ஏற்பாடுகள் நடந்த போது கொரோனோ பேரிடர் ஏற்பட்டு, இந்த முயற்சி முடிவடையாமல் நின்று போனது. பிறகு ஒவ்வொரு முறை இந்த நூலாக்கத்தைப் பற்றி அம்பையை தொடர்பு கொள்ளும் போதெல்லாம், இந்த தொகுப்பு வெற்றிகரமாக வரவேண்டியதற்கான அவ்வளவு அக்கறையும் அன்பும் கொண்டு பல யோசனைகளை சொல்லிக் கொண்டே வந்தார். அவருடைய வாசிப்பிற்கிடையே பிரதியில் தனக்கிருக்கும் ஐயங்களை குறிப்பிட்டு, கேட்டு தெளிவு பெற்றுக் கொண்ட விதமும் அர்ப்பணிப்பு உணர்வும் எனக்கு ஒரு பாடம். இப்படியானதொரு அற்புதமான முன்னுரைக்கு நான் இன்னமும் பல்லாண்டுகள் உழைத்து எழுதித்தான் என்னை ஏற்புடையவனாக ஆக்கிக் கொள்ள முடியும்

நான் எழுதத் தொடங்கிய காலத்தில், எனக்கும் ஒரு புனைப்பெயர் வைத்துக் கொள்ளும் ஆசை இருந்தது. அது கைகூடவில்லை. ஒரு வசீகர, பொருளடர்ந்த புனைப்பெயர் என்பதே ஓர் எழுத்தாளனின் முதல் வெற்றி என நினைக்கிறேன். அம்பை என்னும் புனைப்பெயரிலேயே அவர் தன் எழுத்தின் பாதையை எவ்வளவு துல்லியமாக நிறுவிக்கொண்டு விட்டார். அவருக்கு நெஞ்சார்ந்த நன்றி.

நிகழ்காலத்தில் நடக்கும் ஏதோ ஒரு சம்பவத்தில், நாம் வினை புரிய வேண்டிய சந்தர்ப்பம் நமக்கு போக்குக் காட்டி விட்டு அது முந்திச் சென்று விடுகிறது. நாம் பிந்தி நின்றுவிட்ட அத்தருணங்கள் நம் நினைவில் தங்கியபடி, காலம்தோறும் குமிழியிட்டுக் கொண்டே இருக்கின்றன. எப்போதோ கேள்விகளாக அமிழ்ந்து போனவை, இவ்வாறு குமிழியிட்டு வெளிவரும்போது, இப்படியான கதைகளும் கிடைக்கலாம். முந்திச் சென்ற காலத்தை கதையுலகில் விரட்டிப் பிடிக்கும் ஒரு முயற்சியாக

இக்கதைகள் அமைந்திருக்கலாம். இம் முயற்சிக்கு ஆதரவளிக்கும் அனைத்து நெஞ்சங்களுக்கும் உளங்கனிந்த நன்றி.

இக்கதைகள் வெளிவந்த காலத்தில், இணைய வெளியில் நிறைய நண்பர்கள், மிக உற்சாகமான வரவேற்பு அளித்து வந்தனர். அந்த மாபெரும் பட்டியலில் இருக்கும் ஒவ்வொருவருக்கும் என்றென்றும் கடமைப் பட்டிருக்கின்றேன். என் எழுத்தின் மீதான நம்பிக்கையும், அதை ஊக்குவிக்கும் பெருந்தனமையும் கொண்ட நெஞ்சங்களுக்கு எல்லாம் என் அன்பார்ந்த நன்றி மட்டும் காணாது. தொடர்ந்து அவர்கள் என் மீது கொண்ட நம்பிக்கைக்கு பெருமை சேர்க்கும் வண்ணம் என் எழுத்தை காணிக்கையாக்குவதே என் கடமையாகும்.

- ஸ்ரீதர் நாராயணன்

உள்ளடக்கம்

1. அம்மாவின் பதில்கள் — 15
2. ஜென்மக் கணக்கு — 25
3. தரகு — 39
4. உடைநீர் ஓசை — 47
5. ஆரஞ்சு பொம்மை — 59
6. கற்பகம் — 69
7. பிரார்த்தனை — 77
8. ஏபிஎன் பெட்டிக்கடை சம்பவம் — 85
9. சவரம் செய்த முகம் — 91
10. இளைப்பாறுதல் — 96
11. எம்டன் செல்வரத்தினம் — 108
12. கோடிடா — 116
13. செந்தாழை — 125

அம்மாவின் பதில்கள்

'ஏன் ஃபோனை ஃபோனை பாத்திட்டிருக்க? நந்தினிகிட்டேந்து கால் வந்திருக்கா?' என்றாள் அம்மா.

அந்த நிமிடம்வரை நந்தினி இருபத்து மூன்று மெசேஜ்கள் அனுப்பியிருந்தாள். "எட்டரைக்கு ரேகா வந்தாள்". "நாங்கள் சிவாஜிநகர் போகிறோம்." "ஸஃபீனா பிளாசாவில் சேல் போட்டிருக்கிறார்கள்." "கமர்ஷியல் தெரு வுட்டீஸ்ஸில் சாம்பார் வடை. சாப்பிடுகிறோம்...".

அவன் அம்மாவை சந்திக்க கிளம்பும் போதெல்லாம் நந்தினியின் போக்கு இப்படி ஆகிவிடுகிறது. அவன் ஒன்றும் அடிக்கடி அம்மாவை சந்திக்கப் போவதில்லை. வருடத்திற்கொரு முறையாவது அம்மாவை பார்த்து விட வேண்டும். அதுவும் தீபாவளி சமயம் என்றால் பொறுக்க முடியாமல் கிளம்பிவிடுவான். நந்தினி அவன் கூட வரமாட்டாள். ஆனால் இப்படித்தான், கூடவே இருப்பது போல குறுஞ்செய்திகளாக அனுப்பிக் கொண்டே இருப்பாள்.

'என்னடா, தீபாவளி வந்திட்டுதே, இன்னும் அம்மா நினப்பு வரலயே இவருக்குன்னு நினச்சிட்டிருந்தேன். இன்னிக்கு கிளம்பியாச்சா? இந்தவாட்டி எங்க... ரேஸ்கோர்ஸா, இல்ல ஓபராயா? உங்கம்மாதான் பெரிய செலிப்ரிட்டியாச்சே. அதான் கேட்டேன். இன்னிக்கு ரேகா வேற வர்றேன்னு சொல்லியிருக்கா. நீங்க அம்மாவைப் பாக்கப் ஓடறத சொன்னா சிரிப்பா சிரிக்கப் போறா. இல்ல தெரியாமத்தான் கேக்கறேன்.... இவ்ளோ பாசமா இருக்கற அம்மா உங்கள எத்தனவாட்டி நினச்சுப் பாத்திருக்காங்க? இல்ல கூப்பிட்டுத்தான் பேசியிருக்காங்களா? அன்னிக்கு ஏதோ டீவி ஷோல கூட வந்தாங்களே.... பிரேக்ஃபாஸ்ட் புரோகிராம்ல. பெரிய பெரும பீத்த கலயம் மாதிரி. ஒருவார்த்த எம்பையன்னு உங்களப் பத்தி சொன்ன மாதிரியே தெரில. இந்தக் கடைய பெருசாக்கறோம். இத்தன ஃப்ராஞ்சைஸ் கூட்டப்போறோம்... டிஸ்கவுண்டு என்ன..... டார்கெட்டு என்ன... அவார்டு என்ன...

இப்படியே ஒரே தம்பட்டம்தான். குடும்பம்னு ஒருவார்த்த... ஒருவார்த்த கூட பேசல தெரியுமா?'

தோசைகளுக்கும், க்ரீன் டீக்கும் இடையே வரிசையாக கேள்விகளை கொட்டிக் கொண்டே இருந்தாள். அவன் என்ன பதில் சொல்லிவிட முடியும்? என்ன சொன்னால்தான் நந்தினி திருப்தியடைவாள்?

அவளோ அவளுடைய தோழி ரேகாவோ என்றில்லை. அவன் அறிந்த, சந்தித்த, சந்திக்கப் போகும் யாராக இருந்தாலும், ஏதோ ஒரு தருணத்தில் அவன் அம்மாவைப் பற்றிய பேச்சு வந்ததும், இந்தக் கேள்விகள் வெவ்வேறு வடிவத்தில் வந்து விழும்.

'யாரு? கல்யாணி சாரங்கனா? உங்க அம்மாவா....?' என்று முதலில் புருவத்தை தூக்குவார்கள். 'ஓ, நீங்க ஃபர்ஸ்ட் மேரேஜ் புள்ளயா... அதான், ஜே எஸ் எங்கயும் பையனப் பத்தி சொன்னதேயில்லன்னு நினச்சேன். உங்க அப்பா இன்னும் இருக்காரா சார்? என்ன செய்யறார் இப்ப?'

குறுகுறுவென ஊரும் பார்வைகள். குடையும் நோக்குகள். எல்லா கேள்விகளுக்கும் பின்னாலும், பதில்களை எதிர்பார்க்காத ஏளனச் சிரிப்பு ஒன்று தெறித்து மறையும்.

'என்ன பிரச்னைன்னு முறிச்சுகிட்டு போனாங்களாம்? குடும்பம்னா நாலும் இருக்கறதுதான். எங்க தாத்தா பேரலடிக் அட்டாக் வந்து கிடயா கிடந்தார். அப்பக் கூட பாட்டிய தேவ்டியா முண்டன்னுதான் திட்டுவாரு. தூக்கிப் போட்டுட்டா போனாங்க. முழுசாப் போற வரைக்கும் மூணரை வருசம் வச்சிருந்து பாத்து, மூத்திரம் பீயெல்லாம் துடச்சுப் போட்டுட்டுத்தான் இருந்தாங்க. விட்டுக் கொடுத்து வாழ முடியலன்னா அப்புறம் கல்யாணம் எதுக்கு, குழந்த குட்டிங்க எதுக்கு'

அம்மாவைப் பற்றி பேசும்போதெல்லாம் நந்தினியின் குரலில் ஆங்காரம் ஏறிக் கொண்டே போகும். அவள் கோபம் அம்மாவின் மேலா, அல்லது அம்மாவின் இடத்தில் அவள் இல்லாமல் போனதாலா என்று சமயத்தில் அவனுக்கு சந்தேகம் ஏற்படும். இதோ அடுத்த மெசேஜ் வந்துவிட்டது.

'சாப்பாடு ஆச்சா?'

அம்மாவும் அதையேத்தான் கேட்டாள். 'ஃபுட் கோர்ட் போகலாமாடா? எங்காவது நல்ல சாலட் கிடைச்சா போதும்'

அப்போதுதான் Scary World என்னும் 'திகில் உலகை' விட்டு வெளியே வந்திருந்தார்கள். இரண்டு அடுக்குகளில் ஏகப்பட்ட திகில் அனுபவங்களை 'செட்டப்பாக' உள்ளடக்கியிருந்த இடம். இருட்டு அறைகளில் முகத்துக்கு நேரே வௌவால்கள் வந்து தொங்கின. வெற்று முகமூடிகள் விஷ்க் விஷ்க் என காற்றில் அலைந்தன. ஒரு பெரிய எலும்புக்கூடு படுத்திருந்த நிலையில் இருந்து ஆடிக்கொண்டே எழுந்து நின்றது. அந்த சூழலின் திகிலை விட, உள்ளே சென்ற கூட்டத்தினரின் கூச்சல்தான் அதிக திகிலை உண்டாக்கியது. அவனும் கூட ஒன்றிரெண்டு முறை க்ரீச்சிட்டபடி அம்மாவின் தோளைப் பற்றி ஒண்டிக் கொண்டான். மாடிப்படிகளில் இருந்து கீழே இறங்கும்போது பாய்ந்து வந்து வாளை நீட்டியபடி நின்ற குள்ளனைப் பார்த்ததும் அவனுக்கு தூக்கிவாரிப் போட்டது. அம்மா மட்டும் எப்போதும் போல அதே தைரியத்துடன் இருந்தாள். வெளியே வந்தபோது எல்லாரும் சந்தேகமில்லாமல் வியர்த்திருந்தார்கள். அம்மா மட்டும் அதே மங்காத புன்னகையுடன் சாப்பிட கிளம்பிவிட்டாள். 'சப்வே போறோம் சாப்பிட' என்று நந்தினிக்கு டெக்ஸ்ட் அனுப்பிவிட்டு அவனும் அம்மாவை தொடர்ந்தான்.

'சுவாதி மேரேஜெல்லாம் எப்படிரா நடந்தது? நீ அனுப்பின ஃபோட்டோல்லாம் பாத்தேன். சின்னசின்னதா பாத்த பசங்கள்லாம் எப்படி வளந்திட்டாங்க... நிறய பேர் பேரே தெரியல. அவளுக்கு இது தலை தீபாவளில்ல. நீங்கள்லாம் மெட்ராஸ் போறீங்களாடா?'

அம்மா கேட்டுக்கொண்டே முள்கரண்டியால் லாகவமாக காய்கறிகளை குத்தி சாப்பிடத்தொடங்கினாள். இந்த ஆகஸ்டில்தான் சுவாதியின் திருமணம் முடிந்தது. ஞானபிரகாசம் மாமாவின் செல்வாக்கும், படாடோபமும், ரிசப்ஷன் மெனுவிலிருந்து, திருமணத்தில் பங்கேற்ற முக்கியஸ்தர்கள் வரையிலும் பளிச்சென தெரிந்தது. கல்யாணியின் பையன் என்றளவில் அவனை பல உறவினருக்கும் தெரிந்திருந்தது. மாமா வெகு நெகிழ்ச்சியாக அவனை வரவேற்று கட்டித் தழுவிக்கொண்டார். இவ்வளவு பெரிய உறவு பெருங்கூட்டத்தை துறந்துதான் அப்பாவும் அம்மாவும் பெங்களூருக்கு புகலிடம் தேடி போனார்களா அந்த காலத்தில் என்று அவனுக்கு ஆச்சரியமாக இருந்தது

'சொந்தம் பந்தம்னு ஒரு பய வேணாம் கல்யாணி. உனக்கும் எனக்கும் இனி எல்லாம் நம்ம ஃப்ரெண்ட்ஸ்கதான். இங்கதான் எல்லாம்'

என்று நெகிழ்ச்சியோடு அம்மாவின் முகம்பார்த்து அப்பா சொல்லிக் கொண்டிருந்த பொழுதுகள் அவனுக்கு நன்றாக நினைவில் இருந்தது. இரவு உணவிற்குப் பின்னர் அப்பா எப்பொழுதும் உணர்ச்சி வயப்பட்ட நிலையில்தான் பேசிக் கொண்டிருப்பார். கைவிட்ட சொந்தங்கள், கடன் தொல்லைகள், எதிர்கால கனவுகள் எல்லாம் அப்பொழுதுதான் அவர் முன் விரிந்து நிற்கும். அப்பாவின் நட்புவட்டம் சிறியதாகத்தான் இருந்தது பிச்சமூர்த்தி, குரியகோஸ், கணேசலிங்கம், சூரி வேறு பெயர்கள் நினைவிலில்லை. ஜேஎஸ்ஸின் ஆதரவுதான் மிகப் பெரியது.

அப்பொழுது ஜேஎஸ் சிவாஜிநகர்ப் பக்கம் சின்னதாக க்ளினிக் வைத்திருந்தார். பக்கத்திலேயே, போலிஸ் குவார்டர்ஸ் பின்புறம் 'கல்யாணி மெடிக்கல்ஸ்' கடை இருந்தது. அம்மாவின் பி ஃபார்மா படிப்பும் சர்டிபிஃபேக்டும் வைத்து அப்பா தொடங்கிய கடை. மருந்துக் கடையின் பெயர் போட்டு அப்பா அடித்துக் கொடுத்த ப்ரிஸ்கிரிப்ஷன் பேடுகளில்தான் ஜேஎஸ் தொடர்ந்து மருந்து எழுதிக் கொடுத்துக் கொண்டிருந்தார்.

அப்பா சரியான வெகுளி. ஆனால், நல்ல உழைப்பாளி. ஞாயிறு மட்டும்தான் மாலை ஐந்து மணிக்கு கடையடைப்பார். அதுவும் சில சமயம் நண்பர்கள் யாராவது அரசியல் வம்புகளை அலச வந்துவிட்டால் ஆறு, ஆறரை ஆகிவிடும். மற்ற நாட்களில் இரவு பத்து பத்தரை ஆகிவிடும். கடையை சாத்திவிட்டு வீட்டுக்கு வரும் வழியில் கதம்பா ஓட்டலில் காரட் அல்வாவோ, வெஜிடபிள் போண்டாவோ வாங்கிக் கொண்டு வருவார். அவ்வளவு நேரத்திற்கு மிச்சம் இருந்தால் தேங்காய் போளி இருக்கும். அம்மாவிற்கு இருந்த விரிந்த பார்வையும் தன்னம்பிக்கையும் அப்பாவிடம் கிடையாது. அதுதான் அவர்களுக்குள் அத்தனை ஈர்ப்பும் காதலும் தோற்றுவித்ததோ என்னமோ. அப்பா சாய்ந்து கொள்ள, இளைப்பாற, அணைத்துக் கொள்ள என்று எப்பொழுது அம்மா இருந்தாள்.

அன்றைய நாட்கள் அவனுக்கு நன்றாக நினைவில் இருந்தது. நெளி வளையலும், கல்தோடும், பிச்சிப்பூவும், பின்னங்கழுத்தில் தீற்றலான பவுடர் பூச்சுமாக, சீட்டியடித்துக் கொண்டே கண்ணாடியில் பார்த்து அலங்கரித்துக் கொள்ளும் அம்மா. இப்போது அவள் பார்வை, பேச்சு, தோரணை எல்லாம் மாறியிருந்தது. பெரிய மனிதர்களுக்கான கம்பீரம் வந்து சேர்ந்து

கொண்டு விட்டது. கண்ணாடியில் முகம் பார்த்து பவுடர் ஒற்றிக்கொண்டே, தன்னையே மெய்மறந்து பார்த்துக் கொண்டிருக்கும் அவனைப் பார்த்ததும் கண்சிமிட்டி சிரிப்பாள். அந்த சிரிப்பு மட்டும் அப்படியேதான் இருந்தது. அந்த சிரிப்புக்கு முன்னால், எப்போதும் இறுகிய பாறையாக இருக்கும் அப்பா, நெகிழ்ந்து உருகிவிடுவார்.

ஜே எஸ் கிளினிக் இப்போது பெரிய ஜே எஸ் ஹாஸ்பிடலஸ் சங்கிலியாக உருவாகி விட்டிருந்தது. சாந்தி நகர் ஹாக்கி ஸ்டேடியம் பக்கம் இருக்கும் நான்கு மாடி கட்டிடத்தில் ஹெட் ஆபீஸ் எல்லாம் கொண்டு வந்துவிட்டார்கள். மூன்றாம் தளம் முழுவதும் அம்மாவின் ராஜ்யம்தான். சீஃப் ஆப்பரேட்டிங் ஆபிசர்.

'மேடம் மீட்டிங்க்ல இருக்காங்க. நீங்க வந்தா உள்ள அனுப்ப சொன்னாங்க' என்ற பவ்யமான உபசரிப்புகளுக்கு மத்தியில் அம்மாவின் ஆளுமையின் பரிமாணம் வெகுவாக மாறியிருந்தது. இது வேறு கல்யாணி.

நந்தினியிடமிருந்து முப்பத்தி ஏழாவது மெசேஜாக 'அம்மாவோட கொஞ்சி முடிச்சாச்சா? சீக்கிரம் கிளம்பி வா' என்று வந்தது.

'அதுக்குள்ள போகனுமா என்ன? வெங்கடப்பா காலரில எக்ஸிபிஷன் இருக்காம்டா. நீயும் கூட வாயேன். சின்னதா ஒரு ரவுண்டு போயிட்டு வரலாம்' என்றாள் அம்மா. அதே சிரிப்பு.

இதோ கருடா மாலில் இருந்து அரைக்கிலோமீட்டரில் ரெசிடென்ஸி ரோடு. அங்கிருந்து இருபது நிமிடத்தில் நடந்தே போய்விடலாம். அம்மா கார் டிரைவருக்கு போன் செய்து நேரே ஆர்ட் கேலரிக்கு வரச் சொல்லிவிட்டாள். தீபாவளி பண்டிகைக்கான சிறப்பு விற்பனைகள் நாலாபுறமும் சூழ்ந்திருக்க, சாலைகள் எங்கும் மக்கள் கூட்டம் திமிலோகப்பட்டுக் கொண்டிருந்தது. அம்மா நிறைய பேசிக் கொண்டும் அவன் நிறையக் கேட்டுக் கொண்டும் நடந்தார்கள். வழியில் சர்ச் ஸ்ட்ரீட் சாலையோரக் கடையில், கறுப்பு புட்டாக்கள் போட்ட வெள்ளை ஸ்கார்ஃப் ஒன்று அம்மா வாங்கினாள். அவன் காசு கொடுக்க முன்வந்தபோது பார்வையாலே கடிந்து கொண்டு அவளே காசு கொடுத்தாள். சுற்றுப்புற கொண்டாட்டங்களை விட அம்மாவின் அண்மைதான் அவனுக்கு தீபாவளியை நினைவுபடுத்திக் கொண்டே இருந்தது.

எத்தனையோ விதவிதமான தீபாவளிகளைப் பார்த்தாகிவிட்டது. சற்றே பெரிய சைஸில், மொடமொடப்பான புதுச்சட்டையை அணிந்து கொண்டு அப்பாவோடு அணுகுண்டுகளை சேர்த்து வைத்து வெடித்த தீபாவளி அவனுக்கு நன்றாக நினைவிலிருக்கிறது. சேவியர் பள்ளியின் மிஸஸ் பிரகாசம் அப்பாவிடம் தரச்சொல்லி கொடுத்துவிட்ட டிசியோடு சாம்ராஜ்பேட்டை அரசுப் பள்ளியில் அவன் சேர்ந்த்தும் ஒரு தீபாவளி சமயம்தான். கணேசலிங்கம் மாமாவின் மோட்டார் பைக்கை வித்து மொசறு ரங்காவின் கந்துவட்டி கடனைத் தீர்த்ததும், அதனால் அப்பாவும் அம்மாவும் பேசிக்கொள்ளாமல் கழித்த தீபாவளி ஒன்றும் உண்டு. மழை நசநசத்துக் கொண்டிருந்த தீபாவளி ஒன்றில் அப்பாவால் நன்பகல்வரை எழுந்திருக்க முடியாமல் போனது. நழுவிப் போகும் கனவுகளை துரத்திப் பிடிக்க முடியாமல், அப்பா குடிக்க ஆரம்பித்திருந்த நாட்கள் அவை. முதல்நாள் இரவு முழுவதும் மொடாக்குடி.

‘எல்லாத்துக்கும் நாந்தான் காரணமா?’ அம்மா இடுப்பில் கைவைத்துக் கொண்டு கேட்க, குரோதத்துடன் அப்பா அவளை உற்றுப் பார்த்துக் கொண்டிருந்த பண்டிகை நாளும் ஏதோ ஒரு தீபாவளியாக இருந்திருக்கும். அந்த சபிக்கப்பட்ட தீபாவளிக்கு அப்புறம் எந்த தீபாவளியும் அவனுக்கு நினைவில்லாமல் போனது. அன்றுதான் அம்மா வீட்டைவிட்டு வெளியே போய்விட்டிருந்தாள். அதற்கு முதல் நாள்தான் ஞானப்பிரகாசம் மாமா வீட்டிற்கு வந்திருந்தார். பட்டுப்போன உறவுகள் மீண்டும் துளிர்க்க தொடங்கிய காலம். அம்மா படபடத்தபடி காற்றில் நடனமாடும் வண்ணத்துப்பூச்சி போல சிறகடித்துக் கொண்டிருந்தாள். அவ்வளவு மகிழ்ச்சி. ஆனால் குடிபோதை தளும்பிய மனதில் அப்பாவுக்கு கழிவிரக்கம்தான் பொங்கி வழிந்து கொண்டிருந்தது.

‘அதாரு... அந்த பொம்பளப் போலீசு ஒருத்தி... அவ பேரு என்னா? இரட்டை லத்திய வச்சு தோ... இங்க குண்டிலயே போட்டு சாத்து சாத்துன்னு சாத்தினாளே. இவன் சொல்லித்தானே அடிச்சா. உனக்கு எல்லாம் மறந்து போச்சுல்ல’. வீட்டுக்குத் தெரியாமல் அப்பாவும் அம்மாவும் காதலித்துக் கொண்டிருந்த காலத்தில், அவர்களை அடக்கி வைக்க கையாளப்பட்ட உத்திகளில் ஒன்றுதான் அந்த போலிஸ் தடியடி. மாமா, அம்மாவிற்கு கொஞ்சம் சுற்றி வளைத்த உறவு என்றாலும், செல்வாக்கு அதிகமானவர். போலிசும் கொடுத்த காசுக்கு

அதிகமாகவே அப்பாவை போட்டு தாளித்து எடுத்துவிட்டனர். நினைவுகள் தொலைந்துபோனாலும் தழும்புகள் அவற்றை மீட்டுக் கொண்டுவந்துவிடுகின்றன.

மாமா வந்துவிட்டுப் போன தீபாவளிக்கு முதல் நாள். அன்றிரவு, சிறுநீர் முட்டியதால் அரைதூக்கத்தில், படுக்கையில் இருந்து எழுந்த அவன் பாத்ரூம் போக அறைவாயிலுக்கு வந்தபோது அப்பாவின் குரல் ஓங்கி ஒலித்துக் கொண்டிருந்தது. முதலில் அவனுக்கு, கூடத்தில் தலையில் கைவைத்துக் கொண்டு உட்கார்ந்திருந்த அம்மாவைத்தான் பார்க்க முடிந்தது. அப்பா எதிரில் உட்கார்ந்திருக்க வேண்டும். நடுவில் இருந்த மேஜையில் மாமா கொண்டு வந்த ஆரஞ்சு வண்ண ஸ்வீட் பெட்டி இருந்தது. அதுதான் அப்பாவின் நரம்பை நசித்து சீண்டிக்கொண்டிருந்தது போல. அந்த ஸ்வீட் பெட்டியை எடுத்து குப்பை தொட்டியில் போட்டுவிட்டோ, அல்லது அன்றைக்கு செய்திருந்த மீன் குழம்பை சாப்பாடு தட்டோடு சுவரில் விசிறியடித்தோ, காண்பாரற்று படம் காட்டிக் கொண்டிருந்த டிவியை உடைத்தோ, அப்பா கொஞ்சம் ஆசுவாசமடைந்திருக்கலாம். போஸ்டல் கவர் கிழிக்கும் மொண்ணை கத்தியை எடுத்து அம்மாவைக் குத்திக் கூட இருக்கலாம். அவரே அந்த கீறலுக்கெல்லாம் மருந்துப் போட்டு ப்ளாஸ்திரி ஒட்டிவிட்டு விசிறியால் விசிறிவிட்டு சிசுருஷைகள் செய்திருப்பாரா இருக்கும். ஆனால் தொண்டையில் சிக்கிய முள்ளை விழுங்கவும் முடியாமல் துப்பவும் முடியாமல், கமறி கமறி இருமும் அவஸ்தையில் கத்திக் கொண்டிருந்தார்.

'நினச்சேன். டென்ஷன் ஆவீங்கன்னு நினச்சேன். மாமா வந்துவிட்டுப் போனதையே சொல்லியிருக்க கூடாது'

'சொல்லாதே. எனக்கு எதுவும் தெரிய வேணாம். நான் எப்பவும் போல முட்டாளாவே இருந்திடறேன். எப்படியெல்லாம் நான் அவமானப்பட்டேன்னு உனக்கு மறந்து போச்சு.' அப்பா அரற்ற ஆரம்பித்திருந்தார்.

'எப்பவும் இப்படித்தான் தேவையில்லாம கத்திட்டிருக்கீங்க. நரகமாயிட்டிருக்கு என் வாழ்க்கை'

'எனக்கு வாயிருக்கு. கத்தறேன். உம்புள்ள மாதிரி நானென்ன ஊன பரம்பரையா?' அப்பா டீப்பாயை விட்ட ஒரே எத்தில், வண்ணமயமான இனிப்புகள் பறந்து விழ ஆரஞ்சுப் பெட்டி தெறித்து தூரப்போய் விழுந்தது.

'ஊமைக்குஞ்ச பாக்க ஊமயன் ஓடி வன்ட்டானாம். அதுக்கு நாமல்லாம் சுவீட்டு சாப்பிடனுமாம்.'

அம்மா அப்போதுதான் அறைவாயில் கால்மாற்றி கால்மாற்றி நின்றுகொண்டிருந்த அவனைப் பார்த்தாள். அம்மாவைப் போல அவனும் பயந்து போயிருந்தான். அடக்கமாட்டாமல் சிறுநீர் பெருகி ஓட, கூடவே அப்பாவின் புலம்பலும் 'ஊன பரம்பரைல நான் பொறக்கல... எனக்கும் வாயடைச்சுப் போகல' கூடமெங்கும் வழிந்தோடிப் போனது.

மறுநாள் அம்மா இல்லாத வீட்டில்தான் அவர்கள் விழித்தார்கள். ஊரெல்லாம் தீபாவளி கொண்டாட்டமாக இருக்க, அப்பாவுக்கு இரவு என்ன நடந்தது என்பது கூட நினைவில் இல்லை.

'என்னதான் சண்டையா இருக்கட்டும். அதுக்காக எட்டுவயசுப் புள்ளய தவிக்க விட்டுட்டு போற அளவுக்கு உம்பொண்டாட்டிக்கு திமிரு கூடாதுடா' என்றார் கணேசலிங்கம் மாமா. அதற்கப்புறம் அவன் கேட்டதெல்லாம் அம்மாவைப் பற்றிய வசைகளும் மோசமான விமர்சனங்களும்தான். 'குடும்பப் பொண்ணுக்கு இத்தன ஆங்காரம் ஆகாதுடா'. கோர்ட் கஸ்டடி, விவாகரத்து என்று எல்லாவற்றிலும் அம்மா ஓரணியிலும், மற்ற எல்லோரும் வேறு அணி.

'அந்த டாக்டர் என்னமோ டக்-னு வேல போட்டுக் கொடுத்திட்டான்னு நினக்காத. இதில என்னமோ முன்னமேயே மேட்டர் நடந்திருக்கு. இந்த திமிரெல்லாம் குடும்பத்துக்கு ஆவாது' என்று புதுப்புது காரணங்கள், உண்மைப் போன்ற விவரணையுடன் முழு உருவகம் பெற்று உலவ ஆரம்பித்தன. குழந்தையை விட்டுவிட்டால் அம்மாவின் டிகிரியில் ரெஜிஸ்டர் ஆகியிருக்கும் கடையும் போய்விடும் என்பதால் அப்பாவின் உறவுகள் சாமர்த்தியமாக காய் நகர்த்தி கஸ்டடியை அப்பாவிற்கு சாதகமாக வாங்கிவிட்டார். அம்மா அதை எதிர்பார்த்திருந்தாள் என்றாலும், ஒன்றும் செய்ய முடியவில்லை. வதந்திகளுக்கு மேலும் மதிப்பு கொடுக்க வேண்டாம் என சும்மாயிருந்து விட்டாளாக இருக்கும்.

பிறகு அப்பாவின் உலகம் முழுவதும் அவருடைய நண்பர்களும், குழந்தையாக இருந்த அவனும் என சுருங்கிப்போனது. அம்மாவின் புகைப்படங்கள், புடவை, நகை, சீப்பு, ஸ்டிக்கர் பொட்டு என்று எதுவுமே இல்லாமல் மொத்தமாக ஒழித்துப் போட்டுவிட்டார். ஆனால் அவர் அம்மாவைத்தான்

எல்லா இடங்களிலும் பார்த்துக் கொண்டேயிருந்தார் என்று அவனுக்குத் தோன்றியது. அவனிடம் தங்கிப் போன ஒரே படமும், அம்மா ஜேஎஸ்ஸை திருமணம் செய்துகொண்டபோது பத்திரிகையில் வெளிவந்த படம்தான்.

'இங்க பார் எட்வர்ட் முன்ச்சோட ஸ்க்ரீம் பத்தில்லாம் Handouts போட்டிருக்காங்க. அந்தப் படத்த மொதமொதல்ல பாத்தப்ப வீடு முழுசும் அதை மாட்டி வைக்கனும்னு நினச்சேன்' காதைப் பொத்திக் கொண்டு அம்மா சொன்னாள்.

இன்னொரு ஜியாமெட்ரிகல் அப்ஸ்ட்ராக்ஷன் படத்தைப் பார்த்துக்கொண்டிருக்கும் போது நந்தினியிடமிருந்து நாற்பத்தைந்தாவது டெக்ஸ்ட் மெசேஜ் வந்தது. 'நான் வீட்டுக்கு வந்தாச்சு. நீ எப்போ வர்ற'

மிக அருகே 'அட் யுர் சர்வீஸ் மேடம்' என்று குரல் கேட்க, திடுக்கிட்டு திரும்பினால், அம்மாவின் அருகில் புன்சிரிப்போடு நின்றிருந்தார் ஜேஎஸ்.

'நீங்களா? முத்துகிருஷ்ணன் வரலயா? அவனத்தானே காரெடுத்துகிட்டு வரச் சொன்னேன்' என்றவளை அமைதிபடுத்தும் வகையில் மெலிதாக அணைத்துக் கொண்டவர் 'உனக்காக வருவது என்பது என் பாக்கியம் டியர்' என்றார். அம்மா சிரித்தாள்.

அம்மா வீட்டைவிட்டு கிளம்பிப் போன தீபாவளிதான் ஜேஎஸ் மருத்துவமனைகளுக்கு வரப்பிரசாதமாக அமைந்த தீபாவளி. அவருக்கிருந்த மருத்துவமனை தொடர் கனவுக்கு உயிர்வந்ததற்கு பலவகையிலும் அம்மா ஒரு காரணம்.

'டைவர்ஸ் ஆர்டர் வந்த ரெண்டே மாசத்தில் கல்யாணம் பண்ணனும்னு என்ன அவசரம்னேன்? பங்காளிங்க செத்துப் போனாக்கூட தீட்டு, தெளிப்புன்னு ஆறுமாசமாவது வெயிட் பண்ண மாட்டாங்க.' நந்தினியின் கேள்விகளுக்கு அவன் என்னவென்று பதில் சொல்ல.

ஸ்டேண்டட்டின் இரண்டு மீள் உருவாக்கப்பட்ட ஓவியங்களை விலைபேசிவிட்டு ஜே எஸ்ஸும் அம்மாவும் கிளம்பினார்கள்.

'நந்தினிக்கு என் அன்பை சொல்' என்றாள் அம்மா. அப்படியொரு வாய்ப்பு அமைந்தால் சொல்லிவிடலாம்தான் என்று நினைத்துக் கொண்டான். கேலரியின் வாயிலைக் கடக்கும்போது கைப்பையில் எதையோ சோதித்துக்

ஸ்ரீதர் நாராயணன் 23

கொண்டிருந்தவள் திரும்பி அவனை ஒருமுறை பார்த்து சிரித்தாள். கையைக் காட்டி கூப்பிட்டால் அவனும் அப்படியே போயிருப்பான்.

அந்த சபிக்கப்பட்ட தீபாவளியின்போது நனைந்த நிஜாருடன் அவன் இருந்தபோது அம்மா கூப்பிட்டது அவன் நினைவுக்கு வந்தது. அன்று அவன் போகவில்லை. சோபாவில் சரிந்திருந்த அப்பாவிடம் ஒண்டிக் கொண்டு நின்றுவிட்டான். ஒருவேளை அன்று அம்மாவோடு அவன் கிளம்பிப்போயிருந்தால் இன்று நந்தினியின் இத்தனை கேள்விகளுக்கும் அவனே விடையாகி போயிருப்பான். இனி அடுத்த தீபாவளிவரை நந்தினியின் கேள்விகளும் அம்மாவின் தரப்பிற்காக அவன் சொல்லாத விடைகளும் அவனோடுதான் இருக்கும்.

ஜென்மக் கணக்கு

‘நேத்து நம்ம துரையைப் போட்டு சாட்டிப்புட்டாங்களாம்ல. பசங்க சொல்லலயா?’

பெரிய நூல் உருண்டையை பிரித்து நுனியை நீட்டி, கரைத்து வைத்த நீலத்தில் முக்கியெடுத்தபடிக்கு இருந்த தயாளன், குமரப்பெருமாளின் அரவம் கேட்டதும், நூலை அப்படியே தரையில் கிடத்திவிட்டு கைகளை விரித்துக் கொண்டு பேசத் தொடங்கினார்.

நீண்டு கிடந்த போர்ட்டிகோ நிழலில் சுவரோரமாக சாய்த்திருந்த 5 X 8 சைஸ் பலகையில் ‘ஜெயரேகா ஹாஸ்பிடல் செல்லும் வழி’ என்று சைன் போர்டு எழுதுகிற வேலை. நீலத்தில் நனைத்த நூலை போர்டுக்கு இருமுனைகளிலும் இழுத்துப் பிடித்துக் கொண்டு சுண்டிவிட்டால் குறுக்கும் நெடுக்குமாக கோடுகள் விழும். அந்தக் கட்டங்களில் பென்சிலால் மெலிதாக எழுத்துகளை வரைந்துகொண்டு வண்ணம் தீட்ட வேண்டியதுதான். அரசரடி பேருந்து நிறுத்தத்தில் ஒன்று. அடுத்து காளவாசல் முக்கு. அப்படியே இடதுபுறம் பைபாஸில் திரும்பினால் சொக்கலிங்க நகர் முனை. தாஸ் டீக்கடை ஒட்டி வலதுபக்கம் திரும்பினால் முனியப்பன் கோவில் வாசலில் ஒன்று.

இப்படி எட்டு போர்டுகள் கணக்கு வரும். இதுபோல தேனியிலிருந்து வருபவர்களின் வசதிக்காக விராட்டிபத்து பஸ் ஸ்டாப்பிலிருந்து காளவாசல் வரைக்கும் 3 போர்டுகள். கூடல்நகரிலிருந்து, பைகாராவிலிருந்து என்று இன்னும் ஒரு பத்து போர்டுகள் என்று மொத்தம் இருபத்தோரு வழிகாட்டி போர்டுகள். நல்ல மிதமான ஆர்டர்தான். பெரிய வேலைகளில் இறங்குமுன்னர் தயாளன் இப்படித்தான் போவோர் வருவோரையெல்லாம் இழுத்து வைத்து பேசிக்கொண்டிருப்பார். திடீரென முனி அடித்தது போல வேலையை மட்டும் செய்துகொண்டிருப்பார்.

தெற்கு பார்த்த வீடானதால் வாசல்புறம் எந்நேரமும் போர்டிகோவின் நிழல் இருந்துகொண்டே இருக்கும். வீட்டின்

முன்பக்கம் தடுத்து பெயின்ட் தளவாடங்கள் வைக்கும் கோடவுனாக ஆக்கியிருந்தார்கள். வலப்புறம் ஆபிஸ் ரூம். பின்புறம் படுக்கையறை, சற்று ஒடுக்கமான கிச்சன் மற்றும் பாத்ரூம். ஒற்றையாளுக்கு அதற்கு மேல் என்ன வேண்டும். விளம்பர போர்டுகள், கட்டுகம்பிகள், இரும்பு ராடுகள், பில்புத்தகங்கள், கணக்கு வழக்கு புத்தகங்கள், எடுபிடி பையன்கள் என்று எல்லோரும் புழங்குவது முன்னறைகளிலும் போர்டிகோவிலும்தான். வீட்டுக் கதவைத் திறந்துகொண்டு இறங்கிவந்த குமரப்பெருமாள் தயாளன் சொன்னதை காதில் வாங்கியும் வாங்காமலும் திரும்பி காம்பவுண்டு சுவர் ஓரத்தில் இருந்த கொய்யா மரத்தை நோக்கி நடந்தான். புறங்கையிலிருந்த காய்ந்த நீலக்கறைகளை தட்டியபடிக்கு, பெரிய மீசையை நீவிவிட்டுக்கொண்டே

‘சூர்யா புரோட்டா ஸ்டாலில் போய் ஏழரையக் கூட்டிருக்காங்க நேத்திக்கு. அத்தனை ராத்திரிக்கு அங்க என்னடா பண்ணிட்டிருந்தீங்க’

பக்கத்தில் பிளாஸ்டிக்கேனை படுக்கப்போட்டுக்கொண்டு உட்கார்ந்திருந்த பாலுவைப் பார்த்துக் கேட்டார். கேள்வி என்னவோ குமரப்பெருமாள் காதுக்குத்தான்.

கொய்யாமரத்தடியிலிருந்த பிளாஸ்டிக் நாற்காலியை காலாலேயே நிழலுக்கடியில் நகர்த்திப்போட்டு, நியூஸ்பேப்பரால் தட்டிவிட்டு அமர்ந்து கொண்ட குமரப்பெருமாள்,

‘எங்கடா ரவி? கர்டருக்கு ஓட்டை போட்டாச்சாமா.... நைட்டு பாளையங்கோட்டைக்கு ரெடியாயிடுமா. ஏழு ஏழரைக்கு லாரி கௌம்பிரும்டே. கைலாசம் வெயிட் பண்ணமாட்டாப்ல’

இரவு தூத்துக்குடி எண்ணெய் செக்குக்கு லோடு போகிறது. வழியில் பாளையங்கோட்டை ஹைகிரவுண்டு ஆஸ்பத்திரி பக்கமாக இன்கம்டாக்ஸ் ஆபிசுக்கு எதிரே இரும்பு கர்டர்களையும் போர்டுகளையும் இறக்கிவிட்டால், சிட்ஃபண்ட் கம்பெனிக்கான ஹோர்டிங் வேலையை வெள்ளிக்கிழமைக்குள் முடித்துவிடலாம்.

கையில் பேப்பரை விரித்துக் கொண்டதும் தயாளன் பக்கத்தில் பார்வையை விட்டான். மீசையை நீவிக்கொண்டே சிகரெட் எடுத்து வாயில் வைத்துக் கொண்டவர், பற்ற வைக்காமலேயே அதைக் கையில் எடுத்துக்கொண்டு,

‘வெள்ளக்கண்ணு தியேட்டர்ல ரெண்டாம் ஆட்டம் பாக்க

ஏதோ குரூப்பு வந்திருப்பானுவ போல. திரும்பிப் போகும்போது கடையில் சாப்பிட நிறுத்திருக்காய்ங்க. என்னடா...'

திரும்பிப் பார்க்க பாலு தலையை நிமிர்த்தாமல் கம்பிகளை சுருட்டிக்கொண்டிருந்தான்.

'ஒரு ஆஃபாயில் போடறதில் பிரச்னையாம். துரைக்கு முத ஆர்டரை கொண்டுவந்திட்டாய்ங்கன்னு ஒர்த்தன் சலம்பிட்டாப்ல. இவிய்ங்க பதிலுக்கு எகிற துரையைப் போட்டு சாட்டிப்புட்டாய்ங்க. எங்கடா துரை?'

குமரப்பெருமாளுக்கு முதலில் எரிச்சல்தான் கிளம்பியது. இவர்கள் போய் வம்பிழுத்தார்கள், சண்டை போட்டார்கள் என்று சொல்லியிருந்தால் கூட பரவாயில்லை. எவன்கிட்டயோ அடிவாங்கி வந்திருக்கிறார்கள். இதைப் போய் இவ்வளவு விரிவாகப் பேசுகிறார் என்று தயாளன் மீதும் கோபம் எழுந்தது. பெட்ரோல் போட்டுக்கொண்டு வருகிறேன் என்று போன ராமகிருஷ்ணனை இன்னமும் காணவில்லை. கார் வந்தால் சட்டென கிளம்பிப் போய்விடலாம்.

'என்னடா பாலு? அண்ணன் சொல்றது நிசமா?'

பொதுவாக கேட்டுவைத்தான். துரை பெயரை அதிகம் உச்சரிக்க மாட்டான் என்பது அவனிடம் வேலை பார்க்கும் அனைவருக்கும் தெரிந்த விஷயம்தான்.

'இல்லண்ணே... அவிய்ங்கதான் ஏழரை கூட்டினாங்க. துரை சைலண்ட்டா வந்திட்டாப்ல. குண்டா ஒர்த்தன்.... கழுத்தே இல்லாம கத்திரிக்கா மண்டயனாட்டம்... அவன்தான் அடிக்கிற மாதிரி வந்தாப்ல'

'யாருடா அவிய்ங்க?'

குந்தி அமர்ந்திருந்த தயாளன், வத்திப்பெட்டியை கையில் வைத்து உருட்டியவாறே எழுந்து, குமரம்பெருமாளை நோக்கி நகர்ந்து, வாசல்படி முனையில் வந்து உட்கார்ந்துகொண்டார்.

'சங்கர் நகர்ல மெக்கானிக் ஷாப் வச்சிருப்பாய்ங்க போல. ரவி பாத்திருக்காப்படி. நீதி மோகன் குரூப்பு ஆளுங்களா இருக்கும்னு நெனக்கிறேன்'

நியூஸ்பேப்பரை கசக்கி மடித்ததில் குமரப்பெருமாளின் எரிச்சல் வெளிப்படையாகவே தெரிந்தது.

‘எங்க கொண்டுபோய் ஏழரைய கூட்டியிருக்கானுங்க பாருங்க. லேய்.. ராமகிருஷ்ணன் அண்ணனும் இருந்தாராடா நேத்திக்கு ஒங்களோட’

ராமகிருஷ்ணன் பெரிய குடும்பி. நறுங்கலாக ஒடித்துப் போட்ட வெண்டைக்காயாட்டம் பரிதாபமாக இருப்பார். இந்த மாதிரி சிக்கலான பிரச்னைகளில் நீக்குபோக்காக நுழைந்து வெளிவரும் திறன் உள்ளவர்.

ஆனால் துரையை பார்க்கும் எவருக்கும் ஏனோ சண்டை வலிக்கத்தான் தோன்றும். நல்ல உயரமாக ஆகிருதியோடு இருப்பான். அதுவரை யாரையெல்லாம் உயரம் என்று நினைத்திருந்தோமோ அவர்களை எல்லாம் விட ஒருபிடி கூடுதல் உயரத்தோடு இருப்பான் எனத் தோன்றும். அப்படி ஒரு நிமிர்வு. இரண்டு வருடங்களுக்கு முன்னால் காம்பௌண்ட் சுவருக்கு வெளியே கேட் முன்னாடி தயங்கித் தயங்கி நின்றுகொண்டிருந்தவனின் பிம்பம் இப்போதும் நினைவிருக்கிறது. பார்த்தவுடன் சிவகாமி அண்ணியின் கண்கள்தான் குமரப்பெருமாளின் நினைவிற்கு வந்தது. சண்முகம் அண்ணனின் அதே வளர்த்தி. பதினெட்டு வருடங்களாக புகைந்து கொண்டிருந்த வன்மம் சட்டென பாசமாக திரிந்து பாலாக பொங்கியது போலிருந்தது.

ஆனால் ஒருவிஷயத்தில் மகனும், சிற்றப்பனும் உறுதியாக இருந்தார்கள். அநாவசியமான சொற்கள் எதுவும் பேசிக்கொள்ளாமல் ஒருவரை ஒருவர் அங்கீகரித்துக் கொண்டார்கள். குமரப்பெருமாளின் விளம்பர போர்டு கம்பெனியில் இருந்த அனைவருக்கும் அவர்களிடையேயான கதை புரிந்தும் புரியாமலும் தெரிந்திருந்தது. யாரும் சொல்லாமலே அவர்கள் துரையை அடுத்த முதலாளியாக நினைத்து வேலை செய்யத்தொடங்கினார்கள்.

இந்த இரண்டு வருடங்களில் துரையும் ஓரளவுக்கு தொழிலில் மூழ்கி போர்டு எழுதுவது படம் வரைவது என்று தேர்ந்து விட்டிருந்தான்.

‘என்னத்த பொத்தி வச்ச பொண்ணு போல இங்கிட்டே சுத்திட்டிருக்கீங்க தம்பி... நாலு கஸ்டமரைப் பாத்து நல்லாப் பேசி ஆடர் வாங்கலாம்ல. கார்ப்பொரேஷன் ஆபீஸ், அப்ரூவல்னு நெளிவுசுளிவு கத்துக்கிடனும்யா. கம்பெனியை பெருசுபண்ணி கலெக்ஷனை பாருங்க’

தயாளன்தான் அவர்கள் இருவருக்குமான இடைவெளிக்கு இயல்பான பாலமாக மாறியிருந்தார். துரை பதிலேதும் சொல்லியதில்லை. அவன் அமைதி எப்போதும் குமரப்பெருமாளுக்கு எரிச்சல் உண்டுபண்ணிக் கொண்டிருந்தது. இப்போது கூட அவன் கண்ணில் தென்படுவதற்குள் கார் வந்தால் ஏறிப் போய்விடலாம் என்றுதான் இருந்தான்.

'சாப்பிடப் போயிருப்பாய்ங்கப் போல...' தயாளன் சிகரெட்டை இழுத்து புகைவிட்டபடிக்கு 'தம்பி இம்புட்டு சுணக்கமா இருக்கக்கூடாதுங்கறேன். குணத்தில் அவியிங்க அப்பாவக் கொண்டுட்டு இருப்பாராட்டிருக்கு' என்றார். குமரப்பெருமாள் கழுத்தை வெட்டி அவரை திரும்பிப்பார்த்தான்.

தயாளன் அதை கவனிக்காத பாவனையில் தொடர்ந்து 'அம்மா வளப்புல்ல. அதான் அப்படியே குமைஞ்சு குமைஞ்சு உக்காந்திருக்காப்டி. இளந்தாரிங்கண்ணா இப்படியா கெடக்கிறது. நல்லா ப்ரீயா இருக்க வேணாம். நாலு இடத்துக்கு கூட்டிட்டுப் போய் நல்லது கெட்டது நாமதான் கத்துகொடுக்கனும்கிறேன்' கடைசி இழுப்பை இழுத்துவிட்டு சுண்டிய சிகரெட்டை, அவரே எழுந்து போய் காலால் தேய்த்து அமர்த்தினார்.

வீட்டின் உள்ளிருந்து நடைக்கதவைத் திறந்துகொண்டு, இரண்டு கைகளிலும் பெயிண்ட்டு டப்பாக்களுடன் வெளிவந்த துரையைப் பார்த்ததும் குமரப்பெருமாளுக்கு எப்போதும் எழும் அசௌகரிய உணர்வு எழுந்தது. முகத்தை திருப்பி காம்பௌண்டு சுவரைத்தாண்டி தெருவைப் பார்க்கத் தொடங்கினான்.

'ரவி, லேத்துக்கு போயிருக்காப்ல. கர்டர் வேலை முடிஞ்சிட்டுதாம்ண்ணே. லாரி போக சொல்ல அப்படியே அங்ஙன இருந்தே ஏத்திப் போட்டுட்டு போயிடலாம். கூட ரவி ஃப்ரெண்ட்ஸ் 2 பேரு நிமித்தாளு வேலைக்கு வராங்களாம். பெரிய போர்டுல்ல'

துரை மையமாக சொல்லிக்கொண்டே தயாளனைத் தாண்டி மூலையில் நிறுத்தியிருந்த ஸ்கூட்டர் பக்கம் போய் குந்தி அமர்ந்துகொண்டான். ஸ்கூட்டரின் கால் வைக்கும்பகுதியில் பெயிண்ட் டப்பாக்களை வாகாக வைத்துக்கொண்டு நீலக்கட்டங்களிலிருந்த ஜெயரேகாவிற்கு வண்ண உயிர் கொடுக்கத் தொடங்கினான்.

இதுவரை நடந்த உரையாடலை அவன் கேட்டுக் கொண்டுதான் இருந்திருக்கிறான் என்று இருவருக்கும் புரிந்தது. அவனுக்கு

ஸ்ரீதர் நாராயணன்

அடுத்திருந்த போர்டருகே போய் குந்தி உட்கார்ந்த தயாளன், கீழே விரித்து வைத்திருந்த நூலைத் தொடாமல், மறுபடியும் ஒரு சிகரெட்டை எடுத்து வாயில் வைத்துக் கொண்டார்.

சமயத்தில் தொடர்ச்சியாக நாலைந்து சிகரெட்டுகள் வரை இழுவை போகும்.

‘தம்பி, நாமதான் சூதானமா இருந்துக்கோனும். ஆளு குரூப்புல்லாம் பாத்து நடந்துக்க வேணாமா. கடப்பாரய முழுங்கினாப்ல எப்பவும் விறைப்பா நின்னுட்டிருந்தா எப்புடிங்கிறேன்? நீதி குரூப்பு யாருன்னு தெரியும்ல. டேய், நீங்களாவது சொல்லக்கூடாது’

முதுகை வளைத்துக் கொண்டு எழுதுவதைத் தவிர வேறொன்றும் உலகில் தனக்கு விதித்திருக்கவில்லை என்பது போல எழுதிக்கொண்டிருந்தவனைப் பார்க்க குமரப்பெருமாளுக்கு எரிச்சல் கூடியது.

‘எந்தக் கம்பியை... ‘ பக்கத்திலிருந்த மடக்கு டீப்பாய் மேலிருந்த காலி ப்ளாஸ்டிக் கப்பை எடுத்து பாலுவின் மேல் எறிந்தவாறே ‘எந்தக் கம்பியை எடுத்திட்டுப் போப்போற நாய்யி... இருபதடிக்கு... ‘ அடுத்த கப்பை எடுத்து இன்னமும் கோவமாக எறிந்தவாறே ‘இருபதடிக்கு மேல நிக்கவேண்டிய போர்டு.. கிரவுண்டுக்கு எதிர அடிக்கிற காத்துக்கு இத்தந்தண்டி இருந்தா போர்டு நிக்குமா நாய்யி... நிக்குமா’

பாலு அவசரமாக அடுத்திருந்த டப்பாக்களில் கனமான கட்டுக்கம்பியை தேட ஆரம்பித்தான்.

‘சண்ட வலிச்சிட்டு வந்தாக்கூட பரவால்லண்ணே. இவனுங்க அடி வாங்கிட்டு வந்து நிக்கறதுக்கெல்லாம் நாம போயி அந்த கட்டப்பஞ்சாயத்துக்காரங்ககிட்ட நிக்கனுமாட்டு. தொழிலப் பாத்து நடத்தறதா, இந்த தொந்தரவுகளை சமாளிக்கிறதா’ குமரப்பெருமாள் சலித்துக் கொண்டான்.

விலுக்கென நிமிர்ந்த பாலு வேகமாக,

‘ஆரம்பிச்சது அவிங்கண்ணே. ஆஃபாயில் ஆடர் அவனுதாம். மாரிமுத்தண்ணே எங்க டேபிள்ள வச்சிட்டுப் போயிட்டார்னு அவரப் போய் நெருக்கினாங்க. என்னன்னு கேக்கலாம்னு துரை எழுந்தாப்ல. இருக்கற சேரு நாக்காலில்லாம் எத்தி உதச்சிட்டு வந்து வம்பிழுத்தாப்டி’

எழுதிக்கொண்டிருந்த துரையின் கைகள் ஒருகணம் தயங்கி நின்றது. ஏதாவது சொல்வான் என்று நினைத்தால் தொடர்ந்து எழுத ஆரம்பித்துவிட்டான்.

'ந்தா... இப்படி கைய நீட்டி முறுக்கிகிட்டு அடிரா பாப்பம்... மேல கைய வைடா பாப்பம்னு மண்டய ஆட்டிகிட்டே கால ந்தா... இத்தந்தண்டிக்கு தூக்கிட்டு ஓடி வந்தாப்ல'

தயாளனும் குமரம்பெருமாளும் அவன் சொல்வதையே உன்னிப்பாக பார்த்துக் கொண்டிருந்தார்கள்.

'விட்டா நெஞ்சுல விழுந்திருக்கும். குனிஞ்சதால தோள்ல பட்டு அவனுக்கு சறுக்கிவிட்ருச்சு. டெபிள் மேல விழுந்து கவுந்திட்டாப்ல. அதுக்குள்ள ஆளுங்க கூடிப்போச்சு. இவன் அடிச்சிட்டான் அவன் அடிச்சிட்டான்னு ஒரே கூப்பாடாயிருச்சு'

துரைக்கு அடிவிழுந்த விஷயம் சிவகாமி அண்ணியின் காதுக்கு எட்டியிருக்குமா என்று யோசித்தான் குமரப்பெருமாள். பாலு காலைத் தூக்கி உதைத்து நடித்துக் காட்டியதை பார்த்ததும் சிவகாமி செய்து காட்டியது போலத்தான் இருந்தது. எத்தனை முறை அதையே செய்திருக்கிறாள். ஒவ்வொருமுறையும் காலைத் தூக்கும் அளவும், அதை விசையோடு உதைப்பதும் கூடிக்கொண்டே போகும். கலியாணம், படையல், சடங்கு, சாவுவீடு, தண்ணிஊத்து என்று எங்கு போனாலும் குமரம்பெருமாளுக்கு முன்னாடி சிவகாமி வந்துவிட்டாள் என்பதை சுற்றியிருப்பவரின் குத்தும் பார்வைகள் சொல்லிவிடும்.

'எட்டுமாசப்பிள்ளயோட வயத்த சாச்சிட்டு நான் இப்படிக்கா நிக்கறேன். அவர் மாடிப்படில ஏறிப்போயிட்டிருக்காரு. திருப்பாலை வீட்டை நீ பாத்திருக்கீல்ல.... இவுக அப்பாரு காலத்தில் எடுத்து கட்டறோம்னு கோபுர உசரத்துக்கு கட்டியிருப்பாங்க. எத்தனை படி...'

சொல்லும்போதே அவள் கைகளை தாலாட்டுவது போல ஆட்டிக்கொண்டு ஒப்பாரி வைக்கத் தொடங்கிவிடுவாள்

'ஆறடுக்கு அரமணைல ஆடிப்பாடின ராசா... பாதியில போனீங்களே பங்கப்பட்டு நின்னேனே'.

'மூத்தா பிள்ளன்னுட்டா ஒர்த்தனுக்கு இம்புட்டு கோவம் இருக்கும்'

அன்னம் சித்தியோ பெரியநாயகி அத்தையோ எடுத்துக்கொடுப்பார்கள். பேச்சிநாதன் குடும்ப உறவுகள் மதுரை

சுற்றிலும் நீக்கமற நிறைந்திருந்தார்கள். எந்தப்பக்கம் போனாலும் சிவகாமியை கூப்பிட்டு வைத்து கதை கேக்க ஒரு கூட்டம் இருந்தது.

கீழ்தளத்திலிருந்து அகலமான மரப்படிகளில் சண்முகம் ஏறி வந்து கொண்டிருக்க, முனை திரும்பும் இடத்தில் இடுப்பில் கைவைத்து நின்றுகொண்டிருந்த குமரம்பெருமாள் காலை மடக்கி இழுத்து ஒரு உதை விட்டான். சண்முகம் அப்படியே ஏறிவந்த படிகள் அத்தனையிலும் உருண்டு கீழே கிடத்தியிருந்த பேச்சிநாதனின் உடலருகே போய் விழுந்தார். துஷ்டிக்கு வந்திருந்த இரண்டு சம்சாரத்து உறவுகளும் ஒருவருக்கொருவர் முறைத்துக்கொண்டிருந்தாலும் குமரம்பெருமாள் ஒருபடி அதிகமான கோபத்தோடு ‘வீட்டுக்குள்ள காலை வச்சான், கெண்டக்கால் நரம்பை கெந்தியெடுத்திருவேன்’ என்று பொருமியபடிக்கு இருந்தான். வாகான சமயம் வாய்த்ததும் சண்முகத்தை உதைத்துத் தள்ளிவிட்டான். பெரிய அடிதடி ஏதும் நடக்காமல், அக்கம்பக்க உறவுமுறைகள் இரு குடும்பத்தாருக்கும் பஞ்சாயத்து பண்ணி வைத்தார்கள். அவர்களுக்கு என்னப்போச்சு... ஆயிரம் வழியில் உறவுப்பாலம் விரிந்து பரந்திருக்க சொத்துப் பிரிவினையை சுமுகமாக முடித்துக் கொடுத்துவிட்டுப் போய்விட்டார்கள்.

ஆனால் சண்முகம்தான் மூன்றே மாதத்தில், பச்சை உடம்பும், கைக்குழந்தையுமாய் சிவகாமியை விட்டுவிட்டு மாரடைப்பில் செத்துப் போய்விட்டார். காலையில் மளிகைக் கடைக்கு போய் லிஸ்ட்டை கொடுத்துவிட்டு வந்தவர் ‘செத்த படுத்திருக்கேன்’ என்று மெத்தைக்குப் போய்ப் படுத்தவர் மீண்டும் எழவேயில்லை. நர்மதா கிளினிக்குக்கு கொண்டு போனதுமே பாலகிருஷ்ணன் டாக்டர் *arrived as dead* என்று அறிவித்து, சான்றிதழும் கொடுத்துவிட்டார். இரத்தத்தில் கட்டுபடுத்தாத சக்கரை அளவினால் கார்டியோமையோபதி இருந்திருக்கலாம் என்றெல்லாம் பாலகிருஷ்ணன் சொன்னாலும் சிவகாமிக்கு மனசு ஆறவேயில்லை.

‘எட்டி உதச்ச கால்ல புத்துவைக்க. ஏறிமிதிச்ச காலு எரிஞ்சு போக’ எந்த விசேஷங்களில் பார்க்க நேரிட்டாலும் குமரப்பெருமாளின் காதுகளை எட்டவேண்டுமென ஆங்காரத்துடன் சிவகாமி திட்டுவாள்.

அவளுடைய தீக்கங்கு கண்களிலிருந்து தப்பவே திருப்பாலையிலிருந்து மாற்றிக்கொண்டு பத்து கிலோமீட்டர்

தள்ளி பைகாராவிற்கு வந்து விளம்பரக் கம்பெனி தொடங்கினான். அங்கேதான் தயாளன் பழக்கம். அப்புறம் பைபாஸ் ரோடு தாண்டி எஸ்.எஸ்.காலனியில் வீடு எடுத்து அதையே ஆபீசாகவும் வசிப்பிடமாகவும் மாற்றிக் கொண்டாகிவிட்டது.

தொட்டுக்க வச்சுக்க என்றிருந்த சொந்தங்கள் எல்லாரையும் ஒதுக்கிவிட்டு ஒத்தக்கொரங்காக வாழ்க்கை ஓடிக்கொண்டிருக்கிறது.

அத்தனை வருடங்கள் கழித்து துரை அவனைத் தேடி வந்தது சந்தோஷமாக இருந்தாலும், சிவகாமியின் அதே தீக்கங்கு கண்கள் துரைக்கு அப்படியே இருந்தது. அவனை சுட்டெரித்தவண்ணம்...

'எல்லாம் ஒரு கணக்குன்னு வச்சுகிடனும் தம்பி' தயாளன் மூன்றாவது சிகரெட்டை எடுத்துவிட்டிருந்தார்.

'ஒர்த்தர பாத்தவுடன பட்னு பாசம் பொங்குது. ஏன்னு கேக்கறோமா.... கட்டிப்பிடிச்சு முத்தம் கொஞ்சறோம். மனசு மயங்கிடுதில்லையா. அதே மாதிரிதான் வெறுப்பும். பட்டுன்னு ஒரு பொறி கௌம்பிரும். முத்தம் கொஞ்சறாப்ல முட்டிய தூக்கிடறது....' மீசையை நீவிவிட்டுக் கொண்டவர்

'ந்தா... போனமாசம் மலைக்கு மாலை போட்ருந்தேன்ல... காலேல எந்திரிச்சு டீயடிக்கலாம்னு பாய் கடையாண்ட போனேன். சேல தலப்ப முதுகபக்கமா கட்டி, மூணுமாசக் கொழந்தய முடிஞ்சுகிட்டு ஒரு பிச்சக்காரி. யாருன்னு முன்னபின்ன பாத்ததேதில்ல. ஏதொ மொபசெல் பஸ்ஸுல இறக்கிவிட்டுட்டு போயிட்டானுவ போல. ந்தா... இப்படி நெருக்கிகிட்டு வந்து பிச்சக் கேக்குது.... எப்படி...'

துரையின் தோள்மேல் தன் மார்பு படுவது போல நெருங்கிக் காட்டினார்.

'...இப்படி நெருக்கிட்டு வந்து பிச்சக் கேக்குது. கதிரேசன், சந்திரன்னு நாலஞ்சுபேர் பாய்கடைல நின்னிட்டிருந்தாங்க. பட்டு பட்டுன்னு அத்தினி பயலும் காசக்கொடுத்திட்டு நகந்து போயிட்டான். எனக்குன்னா சள்ளுன்னு கடுப்பேறிடுச்சு. ந்தா... என்னத்த மேல வந்து ஒரசறவ. போ அங்கிட்டுன்னு தள்ளிவுட்டேன்'

மீசையைத் தாண்டி வெறுமையான தாடையை தடவிவிட்டுக்கொண்டு,

'தாடியும், அளுக்கு துண்டுமா நம்மளயும் பிச்சக்காரன்னு நினச்சிடுச்சுப் போல ஒரு இருவது பைசாவ என் கையில வச்சிட்டு, இளப்பமா சிரிச்சிட்டு போயிடுச்சு'

பின்னால் நின்றுகொண்டிருந்த பாலு குபீரென சிரித்துவிட்டான். 'இருவது பைசாவா'

திரும்பி அவனைப் பாத்துவிட்டு மீண்டும் துரைய நோக்கி...

'பிச்சக்காரி போட்ட பிச்ச எப்படி இருக்கும்? மூஞ்சில காரித்துப்பின மாதிரில்ல இருக்கும்.... என்ன செய்வீங்க'

சிகரெட்டு சாம்பலைத்தட்டிவிட்டு அதன் நெருப்பு நுனியை பார்த்தபடிக்கு

'அவளத் துரத்திட்டாப் போய் அடிக்க முடியும்... இல்ல கல்லக் கொண்டுதான் எறிய முடியுமா'

துரை வரைவதை நிறுத்தியிருந்தான். அவன் தயாளன் முகத்தைப் பார்த்த பார்வையில் ஏதோ அடையாளப்படுத்திக் கொள்ள முயல்வது போலிருந்தது.

தலையை கோதிவிட்படிக்கு தயாளனின் கதையை கேட்டுக்கொண்டிருந்த குமரப்பெருமாள் 'வக்காளி.. அந்த கருமம் புடிச்ச காச தொலச்சு தலமுழுகினீங்களா இல்லயா'

துரையின் திசையை விட்டு திரும்பி குமரப்பெருமாளைப்பார்த்து தயாளன் 'அதெப்படி... எங்க கொண்டு செலவழிக்க? அத்தினி பயக பாத்தப்புறமும் அந்தக் காசை கடைல கொடுக்க முடியுமா? சும்மாவும் வச்சுக்கிட முடியாது. எங்க போனாலும் பிச்சக்காரி காசாய்யான்னு சத்தாய்ப்பாங்க.' என்று சொல்லி இடைவெளிவிட்டு

'சாமீய் அய்யப்பா... சரணம் அய்யப்பா....உனக்குன்னு காணிக்கைகை கொடுத்திட்டு போயிருக்கு இந்த புள்ள. பைத்தியகாரச்சிக்கு நல்ல புத்திய கொடுன்னு சத்தமா சொல்லிட்டு காசப் பையில போட்டுகிட்டேன்"

இப்போது எல்லாருமே ஒன்றாக சிரித்து விட்டார்கள். பாலு வயிற்றைப் பிடித்துக் கொண்டு மடங்கி நிமிர்ந்து சிரித்துக் கொண்டிருந்தான்.

'இனி இன்னொருத்தர் நம்மள அப்படிப் இளப்பமா பாத்திடக்கூடாதேன்னுதான் கோவில்லேந்து திரும்பினதும் தாடிய எடுக்கும்போது இப்படி அருவா மீசயா ஒதுக்கிட்டேன். என்னான்றீங்க'

இழுத்து முடித்ததும் சிகரெட் துண்டை காம்பவுண்டு கேட்டுக்கு வெளியே சுண்டிவிட்டார்.

‘அதேன் சொல்றேன். எல்லாத்துக்கும் ஒரு கணக்கு வச்சுக்கிடனும். ஏதோ ஒண்ணத்தூக்கி அவன் தராசில வைக்கிறான். பதிலுக்கு நாமளும் ஒண்ணத்தூக்கி மறுதட்டுல போட்டு பேலன்ஸ் பண்ணிக்கிடனும். சும்மா ஒரே பக்கமா பாரத்த வச்சுகிட்டு குமைஞ்சிக்கிட்டிருக்கப்படாது’

நாலாவது சிகரெட்டை எடுத்து வாயில் வைத்தவர், உடனே பற்றவைத்துக் கொண்டார்.

87ம் வருசத்து மாடல் நீலக்கலர் அம்பாசிடர் வந்து வாசலில் நின்றது. டிரைவருக்கு பக்கத்து சீட்டிலிருந்து படபடவென துடித்தபடி இறங்கிய ராமகிருஷ்ணன் ‘சாரி சார். பஞ்சராயிடுச்சு. அதான் ஸ்டெப்னி மாத்திட்டு டயரை யாசின் கடைல போட்டுட்டு வந்தேன்’ உள்ளே வந்தவர்

பாலுவைப் பார்த்ததும் தன்னுடைய அதிகாரம் நினைப்பில் வந்தவராக கடுமையான குரலில்

‘போர்டு லைட்டை அணைச்சியாடா.... ஆயிரம் வாட்ஸ் பல்பு. ப்யூசாயிடுச்சுன்னா புதுசுக்கு கஸ்டமர்ட்ட கேக்க முடியாது. இந்த மாசத்துல மூணாவது பல்பு.. எங்கடா ரவியக் காணோம்’

தயாளன் லேசாக இருமியபடிக்கு ‘என்னத்த இப்ப வந்து வெடவெடங்கறீங்க.... உங்க பசங்க சங்கர்நகர் மெக்கானிக் ஷாப் குரூப்புல போய் ஏழரைய கூட்டியிருக்காங்க தெரியுமா’

குமரப்பெருமாளின் இருப்பால் இன்னும் கொஞ்சம் பதட்டம் ஏறிய ராமகிருஷ்ணன்

‘என்னா செய்ய சொல்றீங்க. ஒரு நாளப்போல இப்படித்தான் சண்டக்குன்னு நிக்கறாய்ங்க. இவிய்ங்க கெட்டது போதாதுன்னு தம்பிய வேற கூட்டிட்டுப் போய் கெடுக்கறாய்ங்க’ என்று சடைத்துக் கொண்டார்.

‘யாருன்னு தெரியுமாண்ணே... நீதிமோகன் குரூப்பா’

‘இல்ல சார். கந்தசாமி விறகு தொட்டி இருக்குல்ல அதுக்கு அந்தாண்ட மெக்கானிக் கடை. யாசின்கிட்ட கேக்கறேன் சார். நீதிமோகன் குரூப்பால்லாம் இருக்காது’

‘சங்கர்நகர் மெக்கானிக் ஷாப்னு சொன்னாப்லயே பாலு..’ தயாளன் இடைவெட்டினார்.

பாலு வேகமாக ‘ஆமாம்ண்ணே. அந்தப்பக்கம்தான்’

ராமகிருஷ்ணன் மீண்டும் படபடத்தபடிக்கு ‘டேய் சரியாச் சொல்லு. புரோட்டாக் கடைலேந்து கிளம்பினவங்க தியேட்டர் பக்கம் போனாங்கன்னுதானே சொன்ன’

‘நானெங்க சொன்னேன்? சறுக்கிகிட்டு கீழே விழுந்தவன எழுப்பி கூட்டிட்டு போறப்ப மெக்கானிக் கடைக்கு போறோம்னு சொல்லிட்டேப் போனாங்க. ந்தா துரைதான் சொன்னாப்ல சங்கர்நகர் பக்கம் போனாங்கன்னு’

எல்லாரும் துரை பக்கம் திரும்பிப் பார்த்தார்கள். துரை சற்று நிதானித்து முந்தினநாள் நினைப்புகளை மனதில் ஓட்டிப்பார்ப்பவன் போன்ற பாவனையில்,

‘சங்கர்நகர்தான். மொத்தம் அஞ்சு பேரு. மூணு வண்டில வந்திருந்தாய்ங்க. இப்படியே பைபாஸ்ல ஏறி லெஃப்ட்ல போனத பாத்தேன். பின்னாடியே போயிப் பாத்திடனும்னுதான் ஓடினேன். ப்ச்ச்.... இவிய்ங்கதான் இழுத்திட்டு வண்ட்டாய்ங்க’ என்று சொல்லிவிட்டு மீண்டும் போர்டு பக்கம் திரும்பி வேலையைத் தொடர ஆரம்பித்தான்.

ராமகிருஷ்ணன் படபடவென ‘ஆளத் தூக்கனும்னு ஓடினீங்களாக்கும். நல்லாத்தான் கெடுத்து வச்சிருக்காய்ங்க இவங்க’ என்று எம்பி பாலுவின் தலையைப் பிடிக்க கையை வீசினார்.

அவன் இரண்டடி பின்னகர்ந்து ‘அதான் இழுத்திட்டு வண்ட்டோம்ல. போங்க சார்’ என்றான்.

துரையின் முதுகையேப் பார்த்துக் கொண்டிருந்த தயாளன் ‘ஏதும் மாத்து நினப்பிருந்தா அழிச்சிடுங்க தம்பி. உறவுக்கு ஆளைத் தேடு. இழவுக்கு தேளைத் தேடும்பாய்ங்க.’

மற்றவர் பேச்சினால் பாதிக்கபடாதது போல தனக்குத்தானே சொல்லிக் கொள்ளும் குரலில் ‘நேத்தில்லன்னாலும் இன்னிக்கு, இல்ல நாளக்கின்னு போய்ப் பாக்கத்தான் வேணும்’ என்றான் துரை.

தயாளன் சட்டென எழுந்து துரையின் அருகில் போய் அமர்ந்துகொண்டு

‘இதான் வேண்டான்றேன். உங்கம்மாவும் இப்படித்தான். கோவமும் ஆங்காரமுமா குமைஞ்சிட்டே இருந்தாங்க. அடிதடிக்கெல்லாம் மனச விட்டுக் கொடுத்திடக் கூடாது தம்பி. ஆறப்போடுங்க கொஞ்சம்.’

லேசாக குமரப்பெருமாள் பக்கம் அவர் பார்வை ஓடியது. அவன் நாற்காலியில் இருந்து எழுந்து காம்பௌண்ட் கேட்டை நோக்கி நடக்கத் தொடங்கியிருந்தான். மெள்ள விழுங்கும் புதைகுழியில் மயங்கி கிடந்தவன் சட்டென சுயநினைவு பெற்றதும் தப்பித்து போய்விட நினைப்பது போலிருந்தது.

பெயின்ட்டை எடுக்க குனிந்த துரை, குமரப்பெருமாள் நகரும் காலடிச் சத்தம் கேட்டதும் வேலையை நிறுத்திவிட்டு, திரும்பி தயாளனைப் பார்த்து

'தோ... இதேம் வண்டிதான்' நிறுத்திவைக்கப்பட்டிருந்த ஸ்கூட்டரைக் காட்டினான். 'இதே மாதிரி ஒரு ஸ்கூட்டர்லதான் ஏறிப் போனாய்ங்க. அதப் பாத்ததும்தான் பதறிப்போய் பின்னாடியே ஓடினேன். இந்த ஜென்மத்துக்கும் ஒரு சாபம் போதாதா. அதான்... அதான்... .'

நிமிர்ந்து பார்த்தவனின் முகம் சிவந்து கனிந்து இருந்தது. கண்கள் இரண்டிலும் மெல்லிய திரையாக கண்ணீர் பளபளத்தது.

இன்னமும் ஒரு சொல் வெளிப்பட்டிருந்தால் அந்த கண்ணீர் கரையுடைத்து கொட்டியிருக்குமா இருக்கும். அந்த சொல்லை புரிந்து கொண்டவராக தயாளன் துரையைப் பற்றி இழுத்து அணைத்துக் கொண்டார்.

ஆறு வருடங்கள் முன்னால் பிச்சுப்பிள்ளை சாவடியில் ஜல்லி ஏற்றிவந்த லாரி அடித்துப்போட்டதும் கொண்டு வந்து நிறுத்தினதுதான். யாரும் விரும்புகிறாரோ இல்லியோ என்பதையெல்லாம் தாண்டி அந்த ஸ்கூட்டர் அங்கேயே கிடக்க விதிக்கப்பட்டதுபோல துருவேறிக் கிடந்தது.

வாசக்கதவை திறந்து வெளியேறி, காரின் அருகில் நின்றுகொண்டிருந்த குமரப்பெருமாள், ராமகிருஷ்ணனிடம் மெல்லியக்குரலில் 'அண்ணே கிளம்பலாம். ஏற்கெனவே லேட்டாயிடுச்சு. போற வழியில் சாமி அண்ணனுக்கு போன் போட்டு லேட்டாயிடுச்சுன்னு சொல்லிட்டு போயிக்குவோம்'

ராமகிருஷ்ணன் முன்கதவைத் திறந்து ஏறிக் காரில் உட்கார்ந்து கொள்ள, குமரம்பெருமாள் பின்கதவைத் திறந்து காரில் ஏறத் தொடங்கினான். உடலைத் திருப்பி சீட்டின் நுனியில் உட்கார்ந்துகொண்டு, ஜாக்கிரதையாக இருகைகளாலும் வலதுகாலை பற்றித் தூக்கி காருக்குள்ளே வைத்துவிட்டு இடதுகாலை உள்ளே இழுத்துக் கொண்டான். குமரம்பெருமாள்

சிரமப்பட்டு காரில் ஏறும்போதெல்லாம் சுற்றியிருப்பவர் எல்லோரும் வழக்கம்போல தங்கள் வேலையை நிறுத்திவிட்டு அவன் ஃபைபர் காலை ஒருகணமேனும் உறுத்து பார்த்துக் கொண்டிருப்பார்கள். கண்ணீர் கரைகட்டிய தீக்கங்கு கண்களுடன் துரையும் பார்த்துக் கொண்டிருந்தான்.

தயாளன் மீசையை நீவிவிட்டுக் கொண்டு ஐந்தாவது சிகரெட்டை உருவி பற்றவைத்துக் கொண்டார்.

தரகு

"இவனுக்குத்தான் அந்தப் பொண்ணிருக்கற வீடு தெரியுமா?"

லட்சுமணனின் குரலைக் கேட்டதும் கருணாகரன் சட்டென படித்துக் கொண்டிருந்த பத்திரிகையை கீழேப் போட்டுவிட்டு ஸ்டூலில் இருந்து எழுந்து நின்றான். கையை விறைப்பாக வைத்துக் கொண்டு, கீழுதட்டை மடித்துக் கொண்டு அவனை எடைபோடுவது போல பார்த்துக் கொண்டிருந்த லட்சுமணனின் தோரணையைப் பார்த்ததும் இன்னும் பணிவாக

"என்ன சார்" என்றான்.

"தனம் வீடு பத்தி கேக்கறார் சார்" என்றவாறே முத்துராமன் அவர் பக்கத்தில் வந்து நின்றார். சோகையஅன பின்னணியில் பிரகாசமான நிறங்கள் தூக்கலாக தெரிவது போல, லட்சுமணனின் மிடுக்கு இன்னமும் அதிகமாக தெரிந்தது.

"எந்தூரு உனுக்கு?" என்றார்.

"உடல்மொழியில் இன்னமும் குழைவை சேர்த்துக் கொண்டு "இங்கிட்டுத்தான் சார். மருதுபட்டி" என்றான் கருணாகரன்.

"மருதுபட்டியா? அங்கிட்டு பூரா பயகளும் மாடு பத்திட்டு போற காட்டுப் பயகதான. நீ இங்க துணிய கிழிச்சுப் போட வன்ட்டியாக்கும்"

"இல்லீங்க சார். காலேஜு முடிச்சிட்டு சும்மாங்காட்டிக்கு வேலைக்கு வந்தேன்."

அவன் சொல்வதை கவனிக்காமல் கடையை சுற்றுமுற்றும் அளவெடுத்துக் கொண்டிருந்தார் லட்சுமணன். முக்கியமாக துணிகளை உதறி, மடித்து பாலித்தீன் பைகளில் போட்டுக்கொண்டிருந்த பெண்களை ஒவ்வொருவராக அளவெடுப்பது போல பார்த்துக் கொண்டிருந்தார். கருணாகரன் பேசுவதை நிறுத்திவிட்டது தெரிந்ததும் அவன் பக்கம் திரும்பி

'இந்தப் பொண்ணு தனம், வீடு எங்கிருக்கு?'

‘டீச்சர்ஸ் காலனிப் பக்கம் சார். மெயின் ரோடுக்கு பின்னாடி கவுன்சிலர் ரவிக்குமார் பெட்ரோல் பங்க் இருக்கில்ல சார். அங்கிட்டுத்தான்’

‘கடைல இருக்கற அத்தினி பொண்ணுங்க வீடும் உனக்குத் தெரியுமாக்கும்’ அதிரடியாக வந்தது அடுத்தக் கேள்வி.

‘அப்பாருக்கு கவுன்சிலர் அண்ணன் பங்காளி முறைங்க. கடைக்கு வாறதுக்கு முன்ன அங்க கொஞ்ச நாளு வேலைல இருந்தன் சார்’ கிடைத்த இடைவெளியில் தன்னை சரியாக அடையாளப்படுத்திக் கொண்டுவிட்டான் என்பது லட்சுமணன் இதழ்களில் விரிந்த சிறிய புன்னகையில் தெரிந்தது.

முத்துராமன் பக்கம் திரும்பி ‘இவனும் நேத்து ஓட்டலுக்கு போயிருந்தானா’ என்று கருணாகரனைச் சுட்டிக் காட்டி கேட்டார்.

‘சேச்சே..... அந்த குரூப்பெல்லாம் சேட்டு ஃப்ரெண்டுங்க சார்’

‘ஓ!’ என்றவர், ‘சரி, வீட்டக் காட்ட இவனையும் அனுப்புங்க. நான் அங்க போயி மிச்சத்த விசாரிச்சுக்கறேன்’ என்று கடை வாசலை நோக்கி சென்றார்.

‘சார், அண்ணே இதக் கொடுக்கச் சொன்னார். வீட்டுக்கு ட்ரெஸ்ஸு’ குடுகுடுவென பின்னால் ஓடிய முத்துராமன் நீட்டிய பெரிய பிரவுன் கவரை பக்கவாட்டில் திரும்பிப் பார்த்தவர், மீண்டும் கீழுதட்டை மடித்துக்கொண்டு தலையாட்டினார்.

‘எல்லாம் லேட்டஸ்ட் மாடல் சார். சூரத் சரக்கு. போனவாரம்தான் வந்திச்சு’ என்றார் முத்துராமன்.

லட்சுமணனின் முகக்குறிப்பை புரிந்து கொண்டவன் போல கருணாகரன் சட்டென அந்தக் கவரை வாங்கிக் கொண்டு அவர் பின்னாலேயே நடந்து சென்றான்.

அவன் எதிர்பார்த்தது போலவே, காரின் முன் சீட்டில் டர்க்கி டவல் போர்த்தியிருந்தது. பெரும்பாலான அரசு அதிகாரிகளுக்கு தங்கள் இருக்கையை உயர்த்திக் காட்ட ஒரு டர்க்கி டவல் தேவை. அவனுக்கு இன்னமும் லட்சுமணன் எந்தவகையான அதிகாரத்தின் பிரதிநிதி என்று புரியவில்லை. ஏதோ போலிஸ் சம்பதப்பட்ட ஆள் என்று மட்டும் ஒரு தினுசாக புரிந்து கொண்டிருந்தான். காலையில் கடைக்கு வந்தபோதே எல்லோரும் தனம் பற்றித்தான் பேசிக்கொண்டிருந்தார்கள். தினகரன் பேப்பர் மூன்றாவது பக்கத்தில் ‘நட்சத்திர ஓட்டலில் ஜல்சா. காருக்குள் அழகியுடன்

உல்லாசம்' என்ற கவர்ச்சியான செய்திகளுடன் தனம் புகைப்படமும் வந்திருந்தது என்று காட்டினார்கள். அது சம்பந்தமாக ஏதோ விசாரணை என்று மட்டும் புரிந்துகொண்டான்.

பின் சீட்டில் அவன் ஏறி உட்கார்ந்ததும், டிரைவர் வண்டியை கிளப்ப, லட்சுமணன் முன் சீட்டிலிருந்து சற்றே தன் உடலை திருப்பியபடி,

'கவுன்சிலர் பங்காளி முறைங்கற.., இந்த சேட்டுங்க கிட்ட ஏம்ப்பா வந்து மாரடிச்சிக்கிட்டிருக்க. எஸ்ஸை செலக்சன் எதுக்காச்சும் போட்டிருக்கியா?'

'அண்ணன் போட்டிருக்கான் சார். அத்தலெட்ல ஊனிவர்சிட்டி சர்டிபிகேட்டு எல்லாம் வச்சிருக்காப்டி' என்றான் கருணாகரன்.

'போச்சொல்ல, பேரு நெம்பர் எல்லாம் எழுதிக் கொடு. செலக்சன் போர்டுல நம்மாளுங்கதான் பூராம். போட்டு உட்டுடலாம், என்ன" அதட்டலாகத்தான் சொன்னார். கருணாகரனும் வேகமாக தலையாட்டினான்.

'இன்னும் எத்தினி நாளைக்கு இந்த எடுபிடி வேலன்னு இருந்திட்டிருக்கப்போற... ஏதாச்சும் கவர்மெண்ட்டு வேலக்கு போயி உருப்படியாகிற வழியப்பாரு. எங்கய்யன்கூட மாட்டு தரகு யாவாரம்தான். நான் அந்தப் பக்கமே தலவச்சு படுக்க மாட்டேன்னுட்டனே. அரக்காசுன்னாலும் அரசாங்க வேல.... பாதிக்காசுன்னாலும் போலிஸ்க்காரன் வேலன்னு கண்டீசனா இருந்திட்டேன்,' என்றார்.

'டிஎன்பியெஸ்ஸி எளுதிருக்கேன் சார். நெக்ஸ்ட் டைம் இன்னும் பெட்டரா செஞ்சிருவேன்' என்றான் கருணாகரன்.

'நமக்கு ரெண்டும் பொட்டப்புள்ளங்களா போச்சுது. களுதய்ங்களப் பிடிச்சு கெட்டிக் கொடுக்கறத தவிர என்னாத்த செய்யிறது? காலேசு கம்யூட்டர் டயிலரிங்னு எல்லாம் படிச்சிருக்கு. இப்பத்தான் எல்லாம் வேண்டியிருக்கே,' மீண்டும் திரும்பி கருணாகரனைப் பார்த்தார். 'அப்பாரு என்ன செய்யிறாரு? காடு களனி உண்டா?' என்றார்.

'அப்பா ட்ரான்ஸ்போர்ட்ல வேல பாத்து ரிடயராயிட்டார் சார். இப்பம் கட்சி வேலலதான் ஃபுல்லா. ஊர்ல மெத்த வீடு உண்டு சார். காடு கரம்பல்லாம் கிடயாது சார். நான் இங்க சும்மா ஃப்ரெண்சுங்களோட ரூம்பு எடுத்து தங்கியிருக்கேன்' என்றான்.

‘பள்ளிக்கூடத் துணியெல்லாம் போடுவீங்களா? சின்னப்பொண்ணு எட்டாப்பு வாசிக்குது. எஸ்பிஓஎல. ரெம்ப வ்ளாட்டுப்புள்ள. டெய்லி உடுப்ப கிளிச்சிக்கினு வருது.’

‘இது ரெடிமேட் கட சார். வடக்காவணி மூல வீதில கட்பீஸ் கடயும் இருக்கு சார். அங்க எல்லா இஸ்கூலு ஊனிஃபார்மும் உண்டு சார்.”

சிறிது நேரம் எதிர்ப்புறம் விரைந்து சென்று கொண்டிருக்கும் வாகனங்களை பர்த்தபடி வந்தவர், கீழ்ப்பாலம் முனை திரும்பும்போது மீண்டும் பாதி திரும்பியபடி கேட்டார் ‘இந்தப் பொண்ணு.... என்னா பேரு.... தனம்.... எப்படி ஆளு?’ என்றார்.

‘அது... நல்ல பொண்ணாட்டம்தான் சார் இருக்கும்,’ மையமாக சொல்லி வைத்தான்.

‘உங்க சேட்டு என்னய்யா.... எப்பப் பாத்தாலும் பொலிகாளை மாதிரி ஊரெல்லாம் அலையிறான். பேப்பரு வரைக்குமா நூஸ் போகற மாதிரி வச்சுக்கிறது... அதுவும் கார் பார்க்கிங்ல வச்சு. அதான் ஓட்டல் ஓட்டலா ரூம்பு கட்டி போட்டிருக்காய்ங்கல்ல... அந்த போட்டோக்காரன்லாம் போட்டோ எடுக்கற வரைக்கும் கவனமில்லாம....’ அலுத்துக் கொண்டார் லட்சுமணன்.

சமன்லாலுக்கு பெண்கள் என்றால் பான்பராக் போதை போன்ற வஸ்து என கருணாகரன் கேள்விப்பட்டிருந்தான். ஆனால் நேற்றைய சம்பவம் சற்று அதிரடியாகத்தான் இருந்தது. தனம் எப்படி இதில் சம்பந்தப்பட்டிருப்பாள் என்பதுதான் கருணாகரனுக்கு பெரிய ஆச்சரியமாக இருந்தது. தனத்தின் அப்பா ஆறுமுகம் ஒரு வணிக வளாகத்தின் வாட்ச்மேனாக இருப்பவர். அந்த வளாகத்தில் சமன்லாலின் நண்பர்களின் கடைகள் நிறைய உண்டு. என்னதான் ஆட்டம் போட்டாலும், ஒரு தராதரம் வேண்டும் என்று நினைக்கும் கவுரவ மைனர்கள்.

‘அவனச் சொல்லியும் குத்தமில்ல. தெனமும் பாலும் பாதாமுமா குளிக்கிறான். கோவில்மாட்டுக்கு கொம்பு சீவிவிட்ட மாதிரி திரியறான். ஏதாவது கேஸ் கீஸ்னு ஆகும்போது இருக்கு அவனுக்கு. ஏதோ குமார் சார் சொல்றாருன்னுதான் இப்ப வந்தேன்’ என்றார்.

‘சார், சார், லெஃப்ட்ல அஞ்சாவது பில்டிங்கு சார். அதுக்கு பக்கத்துல இருக்கற சின்ன வீடுதான்’ என்றான் கருணாகரன்.

42 அம்மாவின் பதில்கள்

நீலநிற பெயிண்ட் அடித்திருந்த கதவைத் தட்டியதும், ஆறுமுகம்தான் கதவைத் திறந்தார். கலைந்த தலையும் முறுக்கு தளர்ந்த மீசையுமாக குலைந்து போய் இருந்தார். 'ந்தா, இவன் கூட கடயில வேல பாக்குற தனம்கிறது...' லட்சுமணனின் குரலைத் தொடர்ந்து கருணாகரனைப் பார்த்தவரின் முகம், அவமானத்தால் இன்னமும் கறுத்தது.

'நான் போலிஸ். ஒரு சின்ன விசாரண' என்ற லட்சுமணன், ஆறுமுகத்தின் பதிலுக்கு காத்திராமல், ஏறத்தாழ அவரைத் தள்ளிக்கொண்டு உள்ளே நுழைந்தார். சுவர்களின் மங்கிய டிஸ்டெம்பரும், ஒயர் பிய்ந்த நாற்காலிகளும், வெளிறிய சிமிண்ட் தரையுமாக சோபையிழந்த வீடு. புடவைத் தலைப்பை போர்த்தியபடி உள்ளறையிலிருந்து வெளிவந்தவரைப் பார்த்ததும் தனத்தின் அம்மாவாகத்தான் இருக்க வேண்டும் என்று நினைத்தான் கருணாகரன். முன்நெற்றி கூந்தலிழைகளில் கூடுதல் நெளி கலந்த நரைகள்.

நாற்காலியை கவனமாக பரிசோதித்தபடியே உட்கார்ந்த லட்சுமணன், ஓரிரு நொடிகளிலேயே சூழலை முழுவதுமாக எடைபோட்டிருந்தார்.

'எந்தூரு நீங்க?' என்று ஆரம்பித்தார். கருணாகரன் கவனமாக எதிலும் அமராமல் அவர் பின்னால் நின்று கொண்டான்.

'பரத்திக்குளம் சார். மாடக்குளம் தாண்டி தெக்கால. இங்கிட்டு வந்து இருவது வருசமாச்சுது' என்றார் ஆறுமுகம், இன்னமும் குழப்பத்தில் இருந்து வெளிவராதபடி.

'பொழப்பு தேடி வந்த இடத்துல, நாமதான் கொஞ்சம் சூதானமா இருக்கனும். இப்படி பேப்பரு, போட்டோன்னு போகவிட்டா எப்படி' என்றார்.

ஆறுமுகம் சட்டென கேவலாக அழத்தொடங்க, அவருடைய மனைவி தழுதழுத்த குரலில், 'பொட்டப்புள்ளய பெத்து வச்சுட்டு நாங்க படாத துன்பமில்ல சார். ஏதோ கட வேல, ரெண்டு காசு வந்தாக்க, கைக்கும் வாய்க்கும் சரியாப்போகுமேன்னு.... பாவிமக... எங்கப் போயி கொண்டு விட்டா பாருங்க. வெட்டிப் போட்டுறலாம்னுதான் வருது. என்னத்த செய்ய. பெத்து தொலச்சிட்டமே' என்றார்.

சாய்ந்திருந்த நிலையில் இருந்து கொஞ்சம் முன்னகர்ந்த லட்சுமணன், ஆறுமுகத்தை விட்டுவிட்டு அவர் மனைவியிடம் பேசத்தொடங்கினார்.

‘இதுக்கெல்லாம் ஆத்திரப்பட்டு, வெட்டிப் போடனும்னு கெளம்பினா என்னாத்துக்கு குடும்பமும் புள்ளைங்களும். நான் காலைலயே சேட்டுங்ககிட்ட பேசிட்டேன்,’ என்று சொல்லிவிட்டு நிறுத்தினார். ஆறுமுகம் முகத்தை அழுந்தத் துடைத்துக் கொள்ள, அவர் மனைவி புடவைத்தலைப்பால் வாயைப் பொத்திக் கொண்டார்.

‘ஊரெல்லாம் அவனுங்க போடற ஆட்டம்தான். ஆனா நமக்கு நம்ம பொண்ணு ஃபீச்சர்தான முக்கியம். இல்லீங்களா’ என்றார்.

எதிர்தரப்பில் இருந்து பெரிதாக சலனம் எதுவும் நிகழவில்லை என்று நிச்சயித்துக் கொண்டதும், இன்னமும் கொஞ்சம் முன்னகர்ந்து உட்கார்ந்து கொண்டு பேச ஆரம்பித்தார்.

‘பணம் படச்சவன் பல மைலுக்கு கையும் காலும் நீளும். நாமதான் உசாரா ஒதுங்கி இருந்துக்கனும். இதோ தம்பியும் சொல்லிச்சு. ஏதோ கடைல வேல செய்யறவங்களுக்கு பார்ட்டி வக்கப் போயி...’

கருணாகரன் பக்கம் திரும்பிச் சொன்னார். கருணாகரன் அறிந்து, கடைத்தொழிலாளிகளுக்கு என்று எந்த பார்ட்டியும் நடக்கவில்லை. ஆனால், மணிலால் கொண்டாட்டங்களின் வகைகளை முழுவதுமாக துய்ப்பதே லட்சியமாக வாழ்பவன். அவனுடைய சிவந்த நிறமா, செண்ட் வாசமா, அந்த ஐந்து நட்சத்திர ஓட்டலின் கவர்ச்சியா, எது தனத்தை இழுத்து சென்றது அங்கே என்றுதான் கருணாகரனுக்கு தெரியவில்லை.

லட்சுமணன் நிறுத்தியதும், ‘ஆமாம். ஏதோ பார்ட்டின்னாங்க. எனக்கு வகுறு சரியில்லன்னு நாம் போகல,’ என்றான். அவனுடையை முன்ஜாமீன் பற்றி கண்டுகொள்ளாமல் லட்சுமணன் தொடர்ந்தார்.

‘இந்தக்காலத்து புள்ளங்களை சீரழிக்கிறதே இந்த பார்ட்டிங்களும், ஆட்டமும்தானே. நான் பத்திரிகைல கண்டீசனா சொல்லிட்டன். இனி இதப் பெருசு படுத்தாதீங்கப்பா. ஏதோ நடந்தது நடந்துபோச்சி. நமக்கு நம்ம பொண்ணு ஃபீச்சர்தான் முக்கியம்.... இல்லங்கம்மா’ என்றார்.

ஆறுமுகத்தின் மனைவி அழுகையை நிறுத்துவதாக இல்லை. அந்த சூழலை லட்சுமணன் முழுவதும் தனக்கானதாக ஆக்கிக் கொண்டார். இனி அவர்கள் எதைப் பற்றியும் கவலைப்பட வேண்டாம். ஊருக்கு வடக்கே, பேருந்து நிலையம் தாண்டி,

ராஜலக்ஷ்மி நகரில் இருக்கும் விடுதியில் ஆறுமுகத்திற்கு கேர்டேக்கர் வேலை ஏற்பாடு செய்துவிடலாம். அங்கேயே ஜாகையெல்லாம் செய்து கொடுத்து விடுவார்கள். மணிலாலில் ஏற்பாடுதான். வாட்ச்மேன் வேலையை விட கேர்டேக்கரில் சம்பளம் கூட. தனத்திற்கும் அங்கேயே ஒரு ப்யூட்டி பார்லரில் சொல்லி வைத்திருக்கிறார்கள். இவ்வளவுக்கும் பதிலுதவியாக, பேப்பர் செய்தியை வைத்துக் கொண்டு யாராவது கேஸ் கீஸ் என்று பெரிதாக்க வந்தால் பணிந்து போகாமல் இருப்பது. சோகத்தின் காரணமாக எதுவும் அசம்பாவிதம் நடக்காமலும் பார்த்துக் கொள்ள வேண்டும்.

அரைமணி நேர பேச்சுவார்த்தையில், இலக்கில்லாமல் வெறித்துக் கொண்டிருந்த ஆறுமுகம் இப்போது லட்சுமணனின் முகத்தை கவனித்துப் பார்க்க ஆரம்பித்திருந்தார். அவருடைய மனைவியின் புடவைத் தலைப்பு முகத்தை விட்டு கீழிறங்கியிருந்தது. லட்சுமணன் அடுத்த ஸ்டேஜுக்கு முன்னேறினார்.

‘வேலயும் மயிரும் ஆச்சுன்னு நானும் விடல. நாளைக்கு பொண்ணுக்கு சுகமில்லன்னாக என்ன ஆகும்’ கொக்கி போட்டு நிறுத்தினார். பிறகு அவரே தொடர்ந்து,

‘கேஷா அம்பதாயிரம் தர்றேன்னுட்டாப்ல. ராகதேவி நர்சிங்ஹோம்ல நம்ம டாக்டரு இருக்காப்படி. ஒரு செக்கிங் வேணா பண்ணிக்கட்டும். ந்தா... தம்பியவே கூட போய் வரச்சொல்லிடறேன். அப்புறம், பொண்ணு உள்ளதான் இருக்குதா?’ என்றார். அது கேள்வியல்ல என்பதை உணர்ந்து கொள்ள அவர்களுக்கு சில நொடிகள் பிடித்தது.

ஆறுமுகத்தின் மனைவி கம்மலான குரலில் ‘தனம்... அம்மாடி... ஒருநிமிசம் வந்துட்டுப் போம்மா’ என்றார்.

உள்ளிருந்து தயக்கமாக வெளியே தலையை மட்டும் நீட்டிய தனம், சில நொடி தயக்கங்களுக்குப் பிறகு முழுவதுமாக வெளியே வந்து தலைகுனிந்தபடி நின்றாள்.

“ந்த பாரும்மா, எல்லாம் அப்பா அம்மாகிட்ட சொல்லிருக்கேன். பாத்து பக்குவமா நடந்துக்க. தோ.... சேட்டு உனக்காக புதுத் துணி அனுப்பியிருக்காப்டி,” என்று கருணாகரனை பார்த்து சைகை காட்ட, அவன் வேகமாக வெளியே வந்து காரில் இருந்த பிரவுன் பாக்கெட்டை எடுத்துக் கொண்டு போய் வீட்டினுள் இருந்த சிறிய மேசையின் மீது வைத்தான்.

‘அப்ப நான் கெளம்பறேன். எல்லாம் நல்லபடியா நடக்கும். நம்ம போன் நெம்பர் இந்த கார்டுல இருக்கு. என்ன பிரச்னைன்னாலும் கூப்பிடுங்க. போனதும் டெம்போவுக்கு சொல்லிவிடறேன். நைட்டோட ஷிஃப்ட் பண்ணிட்டுப் போயிடலாம். நான் அங்க புதுவீட்டுல வந்து திரும்பியும் பாக்கிறேன்’ என்று சொல்லிவிட்டு கருணாகரன் பின்தொடர வெளியேறினார் லட்சுமணன்.

காருக்குள் ஏறியதும், பெருமூச்சு விட்ட லட்சுமணன் ‘க்ரீன் டவர்ஸ்க்கு விடுய்யா வண்டிய. அங்கதான் இருக்கானுங்கன்னு குமார் சொன்னாப்ல. எல்லாம் பைசலாயிடுச்சுன்னு சொல்லிட்டுப் போயிடலாம்’ என்றார்.

பிறகு கருணாகரன் பக்கம் திரும்பி ‘இதென்னய்யா, ஓணானுக்கு உறை மாட்டிவிட்ட மாதிரி இருக்கு. இதுக்கா உங்க சேட்டு ஃபைவ் ஸ்டார் ஓட்டல் வரைக்கும் செலவு பண்ணிட்டுப் போனான். தராதரம் தெரியாத நாயி. இவங்கொடுத்து நம்ம வூட்டுக்கு துணி வாங்கிட்டு போற அளவுக்கு வக்கத்து போயிட்டமாக்கும். ஏதோ குமார் சொன்னாரேன்னு இதெல்லாம் பாக்க வேண்டியிருக்கு’ என்று அலுத்துக் கொண்டார்.

‘அதான... தரத்துக்கு ஏத்த தரகு. வடியலுக்கு ஏத்த விறகுன்னுவாங்க. நம்ம வீட்டுக்குன்னு ஒரு கவுரதை இருக்கு. நம்ம பொண்ணுங்களுக்குன்னு ஒரு மதிப்பு இருக்குல்ல.’ என்றான் கருணாகரன். அவன் கிண்டல் அடிக்கிறானோ என்கிற சந்தேகத்தில் லட்சுமணன் அவனைத் திரும்பி முறைத்தார். அதற்குள் கருணாகரன் முகத்தை திருப்பிக் கொண்டுவிட்டதால் அவரால் அனுமானிக்க முடியவில்லை.

உடைநீர் ஓசை

'மாலி வந்திருக்குடா... வெரசா வெளில வா' வெளியிலிருந்து அம்மா கத்தியது கீழே மெடிக்கல்ஷாப்வரை கேட்டிருக்கும். காசி கையில் புரட்டிக் கொண்டிருந்த புத்தகத்தை வேகமாக சுருட்டி சோப்புத்தூள் டப்பாவின் பின்னால் செருகி வைத்துவிட்டு எழுந்து நின்று கண்ணாடியில் தன்னைப் பார்த்துக் கொண்டான். ராஜமாணிக்கம் கொடுத்த புத்தகம் அது. வழவழ பேப்பர்களில் விதவிதமான போஸ்களில் படங்களை என்னமாய் ப்ரிண்ட் செய்திருக்கிறார்கள். ஒவ்வொரு பெண்ணும் ஒவ்வொரு தினுசு. பொன்னிறக்கூந்தல் பெண்கள். செந்நிற கிராப்புத் தலைப் பெண்கள். ஒல்லி இடுப்பு பெண்கள். பெருத்த உடலைக் கொண்ட பெண்கள்.

'ஒருநாளப் போல இப்படித்தாம்மா. பாத்ரூமுக்குள்ள போன ரெண்டவர் ஆக்கறான். என்னடா பிரச்னைன்னு சள்ளு புள்ளுன்னு எரிஞ்சு விழறான். எதாச்சும் சொல்பேச்ச கேட்டாத்தான. உடம்பு கிடம்பு சுகமில்லன்னா வைத்தியம் பாக்கதாவல' அம்மாவின் பிலாக்கணம் காசியை அவசரப்படுத்த, கண்ணாடியில் தெரிந்த பிம்பம் குளித்தமாதிரிதான் இருக்கிறது என்ற நம்பிக்கையை ஏற்படுத்திக் கொண்டு வேகமாக வெளியில் வந்தான்.

அடிக்குரலில் அம்மாவிடம் 'நிப்பாட்டுறியா....' என்று சீறிவிட்டு, பின்னாடி சோஃபாவில் அமர்ந்து செல்ஃபோனை நோண்டிக் கொண்டிருந்த மாலினியைப் பார்த்து 'ஒரு நிமிட்ப்பா. தோ வந்திடறேன்' என்று ஹாலைத் தாண்டி வலப்புறமிருந்த ரூமிற்கு விரைந்தான். மாலினி கொஞ்சம் சோபையிழந்து இருப்பது போல் காணப்பட்டாள். எப்போதும் கூந்தல் க்ளிப்பிலிருந்து செருப்பு வார்வரைக்கும் ஒன்றுபோல அலங்கரித்துக் கொள்பவள் அன்றைக்கு அள்ளி முடிந்து கொண்டு வந்தாற்ப்போல அவசரகோலத்தில் இருந்தது தெரிந்தது.

காசி ஊர்சுற்றிவிட்டு இரவு லேட்டாக வீடுதிரும்புகிறான். காசி அப்பாவின் பேச்சைக் கேட்டு பொறுப்பாக வேலை கீலை

தேடிக் கொள்வதில்லை. காசி எதற்கெடுத்தாலும் எரிச்சலாக திட்டி சண்டை போடுகிறான். அம்மாவின் அடுத்த குற்றசாட்டு வருவதற்குள் ஹாலுக்கு வந்தவன்

'என்னா இன்னிக்கு நேரத்துக்கு எழுந்து பொறப்பட்டு வந்திருக்க... உடம்பு கெடம்பு சரியில்லயா' என்றான்.

'ஆமாம்டா, நடந்தா நெழலும் கூடவே வருது. அதான் டாக்டர பாக்க போயிட்டிருக்கேன். லூசு. உம் ஃபோனுக்கு மெசேஜ் அனுப்பி ஒண்ணரை மணி நேரமாகுது. பாத்ரூம்லேயே தூங்கிட்டியா'

'உங்கள மாதிரி வெறும் ஜெண்ட்டு மட்டும் அடிச்சிகிட்டு உலாத்த கெளம்பிற முடியுதா என்ன... எங்களால...'

இடைமறித்த அம்மா 'காப்பி கீப்பி குடிக்கிறியாப்பா.... என்னதான் சொல்றாரு உங்க கம்பேனி மொதலாளி... ஏதும் வேல ஆகுமா இவனுக்கும். கொஞ்சம் பாத்து சேத்து விடு ஆத்தா. நெதம் அவங்க அப்பாக்கும் இவனுக்கும் சண்டதான்'

அம்மாவின் அகராதியில் காசி மட்டும்தான் உதவாக்கரை. அவனைச் சுற்றி இருக்கும் அத்தனை பேரிடமும் கூசாமல் காசியை நல்வழிப்படுத்த மன்றாடுவாள். மாலினியின் முதலாளியாக அறியப்படும் ப்ரின்ஸ், தூத்துக்குடி ரைஸ் மில்லின் உபரி வருமாணத்தை செலவழிக்க அண்ணாநகரில் ஒரு அலுவலகத்தை வாடகைக்கு எடுத்து நாலு கம்ப்யூட்டரும், நாலு ஜெராக்ஸ் மெஷினும் வாங்கிப் போட்டு கம்பேனி என்று பெயர் பண்ணிக் கொண்டிருக்கிறான். பேச்சு மட்டும் சிங்கப்பூர் பிராஜெட்க் வரும். ரஷியா பிராஜெக்ட் வரும் என்று அளந்து விடுவான். காசி போல ஒரு கூட்டமே அங்கே பொழுது போக்க போகும்போது, ப்ரின்ஸின் ஜாலக்குகளை அப்படியே எதிரொலிப்பார்கள். புத்தக அட்டை, பேஜ் டிசைனிங் எல்லாம் ஓரளவுக்கு தெரிந்தவள் என்பதால் மாலினிக்கு அங்கே வேலை இருந்தது.

'ஏதாவது டிசைனிங் கத்துக்க சொல்லுங்க ஆண்ட்டி. ஒண்ணுமே தெரியமாட்டேங்குது இவனுக்கு' மாலினி சிரித்துக் கொண்டே ஃபோனை கைப்பையினுள் வைத்துக் கொண்டு இவனைப் பார்த்து திரும்பி

'கொஞ்சம் தொரப்பாக்கம் வரைக்கும் போகனும். கூட வரியா காசி' என்றாள்.

காசிக்கு முன்னால் முந்திக் கொண்ட அம்மா ‘போயிட்டு வாடா. கூடப்போயி நாலு வேலை கத்துக்கிட்டாத்தானே பொழப்ப பாக்க முடியும்’ என்றாள்.

அம்மாவை எரித்து விடுபவன் போல பார்த்துவிட்டு மாலினி பக்கம் திரும்பியவன் ‘என்னாத்துக்கு அவ்ளோ தொலைவு? ஏதும் பிராஜெக்ட் வேலையா?’ என்றுக் கேட்டான். காசிக்குத் தெரியும். ப்ரின்ஸ்க்கு வரும் வேலைகள் பெரும்பாலும் யூனிவர்சிட்டி பைண்டர்கள், இல்லையென்றால் ஒப்பேறாத கதை புத்தகங்கள் செட் செய்து கொடுக்கும் வேலைதான். தொரப்பாக்கம் போய் ஐடி கம்பெனிகளிடம் இருந்து பெறும் வேலை ஒன்றும் இருக்காது. இது வேறு ஏதாவது சமாச்சாரமாக இருக்க வேண்டும்.

‘ப்ரின்ஸ்தான்ம்பா போய்ட்டு வரச்சொல்லிச்சு. கூட வாயேன் நீயும். அம்மாதான் சொல்றாங்கல்ல’

‘அவ்ளோ டிஸ்டன்ஸ்ப்பா. இங்கிருந்து ரெண்டு பஸ் மாறி போவனும். மவுண்ட் போய் போனா கொஞ்சம் சுருக்கப் போலாம். எப்பிடியும் ரெண்டவர் ஆயிடும்’

‘ஏன்? உம் பைக் என்னாச்சு?’

காசி அம்மாவின் பார்வையை தவிர்த்தவாறே ‘சர்வீஸுக்கு விட்டிருக்கேன்’ என்றான்.

‘சரி வா. ப்ரின்ஸ் வீட்டுக்குப் போய் வண்டி எடுத்துக்கலாம். ஆக்டிவா ஒண்ணு இருக்குல்ல’

‘சிஐடி நகரா? இந்நேரத்துக்கு பஸ்ல போனா கூட்டமா இருக்கும். பத்து பதினோரு மணிக்கு மேல போலாம்ப்பா’

‘ப்ரின்ஸ் கொன்னேபுடுவார். சாயந்திரம் ஒரு டெலிவரி பாக்கி இருக்கு. பதினோரு மணிக்குள்ள தொரப்பாக்கம் போயிட்டா ஈவ்னிங் ஷிஃப்ட்ல வந்து அடிச்சுக் கொடுத்திருவேன். பிகு பண்ணிக்காத வாயேன்.’ என்றாள் மாலினி.

புலம்புவதற்கான சின்ன வாய்ப்பையும் விட்டுவிட மனமில்லாமல் அம்மா ‘அதயேன் கேக்கிறப்பா. ஐநூற்றூவா கொடுத்தா முடிஞ்சிரும்னு வண்டிய சர்வீஸ் கொண்டு போய் விட்டான். இத்தோட ரெண்டாயிரத்தி சொச்சம் ஆச்சு. இன்னும் சர்வீஸ் முடியலியாம். இதுக்கு மேல அவங்கப்பா கொடுக்க மாட்டேன்னுட்டார்னு இன்னிக்கு காலேலகூட ஒரே சண்ட’

மாலினி அதே மயக்கும் புன்னகைப்போடு அம்மா சொல்வது அத்தைனையும் கரிசனத்தோடு கேட்டாள்.

‘கவலயேப்படாதீங்க ஆண்ட்டி. காசிக்கு சீக்கிரம் வேலையாயிடும். நான் சொல்றேன் பாருங்க. அப்புறம் போயிட்டு வர்றேன் ஆண்ட்டி’ என்று சொல்லிவிட்டு கிளம்பினாள். அவர்கள் இருவரும் காம்பவுண்டை விட்டு வெளியே வரும்போது காசிக்கு, அம்மா வீட்டு பால்கனியிலிருந்து தங்களையே பார்த்துக் கொண்டிருப்பாள் என்று தோன்றியது. விட்டால் அவர்கள் கூடவே அவளும் இறங்கி வந்திருப்பாள். காசியின் அத்தனை உலகங்களிலும் அம்மாவுக்கு, அவளும் கூடவே இருந்தாக வேண்டும்.

ஓம்பது மணிக்கே வெயில் சற்று ஏறத் தொடங்கியிருந்தது. வியர்வை கசகசப்பில் மாலினியின் தோற்றம் மங்கி கலங்கலாகத் தெரிவது போல் இருந்தது காசிக்கு. ‘ஆட்டோ புடிச்சுப் போயிடலாமா?’

‘காசு வச்சிருக்கியா?’ அவள் திருப்பிக் கேட்டதை எதிர்பாத்திருந்ததால் பேசாமல் நடந்தான்.

ப்ரின்ஸின் அலுவலக ஜமாவில் மாலினியும், கவிதாவும்தான் பெண்கள். மற்ற எல்லோரும் பொழுதுபோக்க அங்கே வந்து அரட்டையடிக்கும் மொட்டைப்பையன்கள்தான். ஒப்பீட்டளவில் இரு பெண்களில் மாலினி தேவதையாகத்தான் அவர்களுக்குத் தெரிந்தாள்.

‘வந்தோன்ன போய் லிப்ஸ்டிக், பவுடர்லாம் சரியா இருக்கான்னு பாக்கனுமா, இங்க யாருத்தா உங்கள பாக்கறதுக்குன்னு ஓடி வரோமாக்கும்’ ராஜமாணிக்கம் விடாமல் வம்பிழுப்பான்.

‘தூத்துக்குடில்ல ரெண்டு செக்கு ஓடுது. ரைஸ்மில்லு, மணல் குவாரின்னு வச்சுகிட்டு அவன் ஷோக்கு காட்டறதுக்கு இங்க ஆஃபிஸப் போட்டிருக்கான். இது அவனுக்கு ஷோக்கு காட்டி வளக்கப் பாக்குது. இதெல்லாம் நமக்கு தெரியாதாக்கும்’ என்று நமட்டு சிரிப்பு சிரிக்கும் ராஜமாணிக்கம் காசியைப் பார்த்து ‘நீ ஏம்ப்பா நடுவால வாயப் பொளந்துட்டு நிக்கற? அதெல்லாம் பசையிருந்தாத்தான் பச்சக்க்னு ஒட்டிக்குவாளுக’

இந்த நையாண்டிகள் மாலினியின் காதுக்கு போகாமல் இருந்திருக்காது. ஆனால் அவள் அதையெல்லாம் பெரிதாக

கண்டுகொள்ளாமல் எல்லோருடனும் சிரித்து பேசிக்கொண்டுதான் இருந்தாள்.

'ஜிம் போவியா ராஜா.... செம ஆர்ம்ஸ்ப்பா உனக்கு' அவன் புஜ உரத்தை உணர்வது போல கிள்ளிப் பார்ப்பாள். 'என்னா ஸ்ட்ரெந்த்து'.

'காசிக்குதான் ட்ரெஸ்ஸிங்கில் நல்ல சென்ஸ் இருக்குப்பா. செக்ட் ஷர்ட் போட்டு வந்தா, செமயா இருக்குய்யா உனக்கு.' என்று அவன் சட்டையை தொட்டு பாராட்டி பேசுவாள். ஒரு பெண் இயல்பாக பேசும்போதே பையன்களின் கிறுக்கு ஒரு நிலைக்கு வந்து சற்று அமைதியாகிவிடுகிறார்கள். அவள் இருக்கும்போது அவளைப் பற்றி கேலியும் சிரிப்புமாகவும், இல்லாதபோது அவளைப் பற்றியே பொரணியும் நமைச்சலுமாக அவர்களால் பொழுது போக்க முடிந்ததே, ப்ரின்ஸின் அலுவலகத்திற்கு ஒரு கவர்ச்சியை கூட்டியது.

காசியின் நண்பர்களுக்கு, மாலினி அவனை சற்று சலுகையோடு குறிப்பிடுவது புகைச்சலாகத்தான் இருந்தது. இன்று காசியின் வீட்டுக்கு வந்தது தெரிந்தால் அவர்களின் ஆற்றாமை இடம்மாறி காசியின் மேல் வெறுப்பு கரைபுரண்டோடும்.

'என்னமோ ரஷ்ஷா இருக்கும்னு சொன்னே.... பஸ் காலியா வந்திட்டிருக்கு'

'நுங்கம்பாக்கம் வரப்போ பாரு... பிழிஞ்சு எடுத்திருவாங்க.... ஏறு ஏறு... இந்தப்பக்கமா' திருவான்மியூர் போகும் வண்டியில் ஏறிக் கொண்டார்கள்.

'இப்படி ஜன்னல் ஓரமா நீயே உக்காந்துக்க காசி. பயங்கரமா காத்தடிக்குது. இன்னிக்கு ஹேரை நான் ஒண்ணுமே பண்ணல நான். ப்ச்ச்... ரொம்பவும் டல்லா இருக்கா'

முட்டைகரு கலந்த ஷாம்பூவினால் மென்மையாக்கப்பட்ட கூந்தலை எடுத்துக்கட்டி பின்புறம் பரப்பிவிட்டிருந்தாள். அவசரகதியில் தீட்டின மை கலைந்து கண்களைச் சுற்றி கரைக்கட்டியிருந்தது. அவளைப் பார்த்து சிரித்தான்..

'ஏன்.. என்னா? ஏதும் டிவி சீரியலுக்கு ஆள் எடுக்கிறாங்களா?'

'ஆமாம். உன்னத்தான் வில்லனா போடுவாங்க' அவன் புஜத்தை திருகி கிள்ளியபடி முகத்தை திருப்பிக் கொண்டாள்.

மேத்தா நகரைத் தாண்டும்போதே கூட்டம் சேர ஆரம்பித்திருந்தது. எல்லோருக்கும் ஏதோ அவசரம் இருந்தது. முன்னே செல்பவரை விட ஓரிரு அடிகள் வேகமாக சொல்லவேண்டும் என்ற முனைப்பு இருந்தது. மாலினி வழியாக நான்கைந்து பேர் பின்பக்கம் கண்டெக்டரிடம் காசு கொடுத்து டிக்கெட் எடுத்துக் கொண்டிருந்தனர். லயோலா, வள்ளுவர் கோட்டம்லாம் தாண்டியதும் பேருந்தின் அத்தனை பகுதிகளையும் நிரப்பிக் கொண்டு பிதுங்கி வழிந்தபடி கூட்டம் ஒரே உருவாக மாறியிருந்த்து.

'நான் சொல்லியிருந்தேன்ல.... ரகுராம்னு... நினைவிருக்கா காசி. அவனுக்கு கல்யாணம் நிச்சயமாயிருக்காம். நேத்து சாட்ல சொன்னான்'

காசிக்கு நன்றாக நினைவிலிருந்தது. தொரப்பாக்கம் விப்ரோக்கு பின்புறம் டிஜிட்டாய்ட் என்றொரு நிறுவனத்தில் வேலை செய்கிறான் என்று தெரியும். அதுவும் மாலினி வாயால்தான் தெரியும்.

'என்ன திடீர்னு? டீல்ல விட்டுட்டானா நம்மாளு. அந்து போயிட்டா ' என காசி சிரித்தான்.

லேசாக மூக்குநுனி சிவக்க திரும்பியவள்... ஒன்றும் சொல்லாமல் முகத்தை திருப்பிக் கொண்டாள்.

'அதுக்குதானா இம்புட்டு காலைல கெளம்பி வந்து, என் வேலையையும் கெடுத்து கூட்டிட்டு போற... இதுல எங்கம்மாகிட்ட வேலைக்கு பிராஜெக்ட்டுன்னு பீலா வேற' காசி குரலில் கொஞ்சம் சலிப்போடு சொன்னான்.

'போடா...' அவள் கண்கள் தளும்பியது. காசிக்கு அவள் முகம் சிவக்க சிவக்க, கழுத்து சங்கிலியை கடித்துக் கொண்டே ரகுராமனுடன் பேசிக்கொண்டிருந்த தருணங்கள் நினைவிலிருந்தது. இப்பொழுது மாலினியை பார்க்க சற்று வருத்தமாகத்தான் இருந்தது. அவனுடைய பச்சாதாபத்தை உணர்ந்து கொண்டவன் போல, திரும்பிப் பார்த்தாள்.

'ஏண்டா, எனக்கு மட்டும் இப்படி ஆகுது... இவன் என்னல்லாம் சொன்னான் தெரியுமா. எவ்வளவு பிராமிஸ் பண்ணான் தெரியுமா' என்றாள்.

'அதெல்லாம் எல்லாரும் சொல்றதுதானே. சனியன் தொலஞ்சதுன்னு விடுவியா... இப்போ என்ன கண்ணகி மாதிரி நியாயம் கேக்கப் போறியா. வேலையத்த வேலை'

தலையை குனிந்து கொண்டவள், முணுமுணுப்பாக,

'ஒருதடவயாவது அவன் முகத்த பாத்து கேட்டுட்டு வந்திடனும்' என்றாள்

பனகல் பார்க் பக்கம் ஊர்ந்து கொண்டு போன நெரிசலிடையே கூட்டத்தின் அழுத்தம் கூடிக் கொண்டிருந்தது.

'காசி, மூச்சை அடைக்கிற மாதிரி இருக்குடா. '

'பத்து பதினஞ்சு நிமிஷத்தில ஸ்டாப் வந்திரும்... கொஞ்சம் பொறுத்துக்கோ' மாலினியைத் திரும்பிப் பார்த்தபோது அவள் முகம் விண்டு விழுவது போல நெகிழ்ந்திருந்தது.

'கொஞ்ச நேரம்தான்பா'

'அதுக்கில்லடா.... இது.... இப்ப... இந்த சிக்னல்ல இறங்கிடலாம். ப்ளீஸ். ப்ளீஸ்.... மூச்சுமுட்டுது எனக்கு' என்றாள்

அவசரமாக கூட்டத்தைப் பிளந்துகொண்டு பிரசவித்த சிறுகுழந்தையாக இருவரும் கீழே பிதுங்கிவிழுந்தார்கள். 'கொஞ்சம் வெயிட் பண்ணுப்பா.... ப்ளீஸ்' பிளாட்ஃபாரம் ஓரமாய் நின்று மூச்சுவாங்கினாள். துப்பட்டா சரிந்து கையில் சுற்றியிருக்க பிளாட்பார கைப்பிடி ஓர க்ரில்லை பிடித்துக்கொண்டு ஊர்ந்து செல்லும் பஸ்ஸையே பார்த்துக் கொண்டிருதவள், அப்படியே ஓரமாக மடிந்து அமர்ந்து ஓங்கரித்தபடி வாந்தி எடுத்தாள். காசி பதட்டமாகி விட்டான். அவள் தலையைப் பிடித்துக் கொள்ளப் போனபோது, கையைத் தட்டி விட்டாள்.

'என்ன ஆச்சுப்பா. மயக்கமா வருதா? கொஞ்சம் பிடிச்சுக்கோ சோடா கீடா வாங்கிட்டு வர்றேன் இரு'

அமர்ந்திருந்தபடியே, விலகிச்சென்றவனின் பாண்ட்டை பற்றி இழுத்தவள், வாயை புறங்கையால் தொடைத்துக் கொண்டு 'சோடா வேணாம். தண்ணி பாட்டில் ஒண்ணு வாங்கிட்டு வா ப்ளீஸ்' மீண்டும் ஓங்கரித்துக் கொண்டு வாந்தி எடுத்தாள்.

வாங்கிவந்த தண்ணீர் பாட்டிலை திறந்து முகத்தில் வாரியடித்துக் கொண்டாள். கையில் சுற்றியபடி தொங்கி கிடக்கும் துப்பட்டாவைப் பார்த்ததும் அவசரமாக உதறி கீழேப் போட்டாள்.

'என்னாச்சு... துப்பட்டால வாந்தி பட்டிருச்சா' எனக் குனிந்த காசியைப் பிடித்து நிறுத்தினாள். 'கெடக்கு விடு. புழுத்துப் போற ஜென்மம் எச்சப் பண்ணி வச்சிருக்கு' என்று சொல்லும்போதே

குமட்டிக் கொண்டு வந்தது போல மீண்டும் வாந்தி எடுத்தாள். அவள் சொன்னது விளங்கியதும் காசிக்கு அருவருப்பில் காதுமடல்கள் எல்லாம் கூசியது.

‘ஆட்டோ பிடி காசி.... என்னால இங்க நின்னுட்டிருக்க முடில’, என்றாள் மாலினி.

வழியோடு போன ஆட்டோவை மடக்கி ஏறிக் கொண்டார்கள். ‘வீட்டுக்குப் போயிடலாமா’ என்றவனை மறுத்து ‘தொரப்பாக்கம் போங்கண்ணா’ என்றாள் ஆட்டோக்காரரிடம்.

‘ETL கேட்டாம்மா, கொஞ்சம் உள்ளாற போவனும். இருவது ரூவா மேலப் போட்டுக் கொடும்மா’ என்றவாறே மீட்டரைப் போட்டு ஆட்டோவை கிளப்பினார்.

அநாமத்து கழிசடையின் வக்கிரத்தை சுமந்து கொண்டு அந்த துப்பட்டா தரையிலேயே கிடக்க, லஜ்ஜையில்லாத ஊர் பரபரப்பாக அதைச் சுற்றி ஓடிக் கொண்டிருந்தது.

சாலையைப் பார்த்துக் கொண்டு குறுகிப் போய் அமர்ந்திருந்தாள் மாலினியி. காசிக்கு. எதைப் பற்றி எப்படி பேசுவது என்று புரியாமல் அமர்ந்திருந்தான்.

‘இன்ட்ரவூக்கு போறீங்களா, இன்னா கம்பெனி அது? நிறய ஆள் எடுக்கிறாங்கப் போல. நம்ம உறவுக்காரப் பையன் ஒர்த்தன் விப்ரோல சேந்தான். அப்பாலிக்கா ஒரிசா பக்கம் எங்கியோ போவனும்னு வேலய ரிஜைன் பண்ணிட்டு சும்மாத்தான் சுத்திட்டிருக்கான். இது என்னா நெல்ல கம்பெனியா’ என்று ஆட்டோக்காரர் ஏதேதோ பேசிக்கொண்டே டிஜிட்டாய்ட் கேட்டருகே கொண்டுவந்து இறக்கிவிட்டார். இருபதுக்கு இருபத்தைந்தாக சேர்த்து ரவுண்டாக நூறு ரூபாய் வாங்கிக் கொண்டு போனார்.

இப்பொழுது மாலினி கொஞ்சம் தெளிந்திருந்தது.

‘ரகுராமுங்களா?, ரெண்டாவது மாடிங். நீங்க அப்படி ரிசப்ஷன்ல உக்காந்தீங்கன்னா தகவல் சொல்லி உட்றேன். கீழே வந்து மீட் பண்ணுவாருங்’ சொல்லியபடிக்கு செக்யூரிட்டி ஃபோனை எடுத்து எண்களை ஒத்தியெடுக்க ஆரம்பித்தார்,

‘அவர் ஃப்ரெண்டு காசி வந்திருக்கார்னு சொல்லுங்க’ என்றாள் மாலினி.

கேள்விக்குறியோடு பார்த்த காசியை கவனிக்காமல், ரிசப்ஷன் ஹாலை ஒட்டியிருந்த சிறிய நடைபாதையில் போய் வெளியே நிறுத்தியிருந்த வண்டிகளை வேடிக்கை பார்த்துக் கொண்டிருந்தாள்.

கண்ணாடி மேஜைகள் மேல் பல்வேறு அறிமுகமில்லாத பத்திரிகைகளுடன் ஒரு ஆஷ்ட்ரேயும், ப்ளாஸ்டிக் பூச்செடியும் இருக்க, காசி லிஃப்ட் பார்வையில் படும் திசையை நோக்கியபடி சோஃபாவில் அமர்ந்து கொண்டான்.

பத்தாவது நிமிடம் படிகள் வழியே இறங்கிவந்த கண்ணாடி அணிந்துகொண்டு, கழுத்து பட்டியில் அடையாள அட்டையை தொங்கவிட்டபடி, ரிசப்ஷன் ஹாலில் இருந்த காசியை குழப்பமாக பார்த்தபடி 'ஐயாம் ரகுராம். நீங்க....' என்றுக் கேட்டுக்கொண்டே வந்தான்..

சோஃபாவை விட்டு எழுந்திருக்காமல் காசி பக்கவாட்டில் கையைக் காட்டி 'மாலினி வந்திருக்கா பாரு. தோ... அங்க... போய்ப் பாரு' என்றான். ரகுராமனுக்கு அந்த சூழலின் அபத்தம் மெள்ள விளங்கியது. சற்று அதிர்ச்சியான முகத்துடன் 'இங்கயா? எதுக்கு?' என்றவாறே வேகமாக பக்கவாட்டு கதவைத் தாண்டி மாலினி நின்றுகொண்டிருந்த இடத்தை நோக்கிப் போனான். அவள் அருகில் போனதும், பேச்சை எப்படி துவங்குவது என்று சற்று குழம்பியவனாய் தொண்டையை கனைத்துக் கொண்டே 'ஹேய்! இதென்ன ஷாக்கிங் விசிட். நான் எக்ஸ்பெக்ட்டே பண்ணல...' என்று பேச ஆரம்பித்தான்.

அந்த நேரம் நல்ல வெயிலேறி சுற்றிலும் வெம்மை கனத்துக் கொண்டிருந்தது. கவிழ்த்துப் போட்ட 'ப' வடிவத்தில் கதவுக்கு அப்பால் பளீரென வெளிச்சம் விழும் இடத்தில் அவர்கள் இருவரும் நிற்பதை பார்த்துக் கொண்டிருந்த காசி அப்போதுதான் திரும்பிய மாலினியின் கையில் இருந்த செருப்பைப் பார்த்தான். ரகுராம் அடுத்த வார்த்தை பேசுமுன்னே செருப்பை முன்னே வீசிக்கொண்டு பாய்ந்து வந்தவள், அவன் முகத்தில் 'ரப்ப்'பென அடித்தாள். அடிவாங்கியவன் அதன் தாக்கத்தை உணர்வதற்குள் அடுத்தடுத்து இரண்டு அடிகள் தாடையிலும் தோள்பட்டையிலும் விழுந்து, தடுமாறி பின்னால் சரிந்து விழுந்தான். சுயஉணர்வு பெற்று 'செக்யூரிட்டி... செக்யூரிட்டி...' என்று கொஞ்சம் தாமதமாகத்தான் கூக்குரலிட ஆரம்பித்தான்.

கீழே விழுந்து கிடந்தவன் மேலேயே செருப்பை விட்டெறிந்துவிட்டு, அடுத்த கால் செருப்பையும் அப்படியே

ஸ்ரீதர் நாராயணன் 55

விட்டுவிட்டு பார்க்கிங் மத்தியில் இறங்கி வேகுவேகமாக வெளி கேட்டை நோக்கி நடக்க ஆரம்பித்தாள் மாலினி. ரகுராமனைப் பார்த்து அவள் பேச நினைத்த சொற்கள் அத்தனையையும் அங்கேயே விட்டுவிட்டு அவள் மட்டும் வெளியே கிட்டத்தட்ட ஓடிக் கொண்டிருந்தாள். நடந்து முடிந்த மொத்த சம்பவத்தையும் முழுவதுமாக உள்வாங்க காசிக்கே சில நிமிடங்கள் ஆனது. இதொன்றையும் பார்க்க முடியாத கோணத்தில் இருந்த செக்யூரிட்டி, ரகுராமன் குரல் கேட்டு வேகமாக வந்து கீழே விழுந்து கிடந்தவனை தூக்கி என்ன நடந்தது என்று புரிந்து கொள்ளும் முன்னர் மாலினி வெறுங்கால்களுடன் வெளிகேட்டை கடந்து போய்விட்டிருந்தாள். தன்னைப் பற்றி யாரும் அடையாளம் கண்டு கேட்பதற்கு முன்னர் காசியும் வந்தவழியே திரும்பி பிரதான வாயில் வழியாக நடந்து வெளியே வந்து, பின்னர் ஓட்டமாக ஓடி மாலினியின் பக்கத்தில் போய் சேர்ந்து கொண்டான். திரும்பிப் பார்த்தபோது யாரும் துரத்திக் கொண்டு வரவில்லை என்று தெரிந்தது.

'என்னாது இது... கன்ணகி மாதிரி நியாயம் கேக்கப்போறேன்னு பாத்தா, பஜாரி மாதிரி செருப்பால அடிச்சிட்டியே. போலிஸ் கீலிஸ்னு கூப்பிட்டிறப் போறாங்க. இங்க ஆட்டோக் கூட கிடைக்காதே'

அந்த வெயிலில் வேகுவேகென்று அரைகிலோமிட்டர் நடந்து ஒரு ஆட்டோவை மீண்டும் மடக்கிப் பிடித்தார்கள்.

'அண்ணாநகர் போங்கண்ணா' என்றாள் மாலினி. காசைப் பற்றி காசியும் கேட்கவில்லை அவளும் சொல்லவில்லை.

அண்ணாநகர் பஸ் டிப்போவிற்கு மேற்கில் இரண்டாவது சந்தில், போட்டோஸ்டுடியோ பக்கமாக அவள் வீட்டின் முன்னால் இறங்கியதும் 'நான் இப்படியே வீட்டுக்குப் போயிட்டு ஆட்டோவை கட் பண்ணிக்கிறேன். நீ பாத்து வீட்டுக்குப் போ. ஒண்ணும் வொர்ரி பண்ணிக்காதே' என்றான். அவன் சொன்னதை பாதி கேட்டும் கேட்காமலும் இருந்தவள் வீடு படி ஏறும்போது திரும்பி அவனைப்பார்த்து அரைப்புன்னகை செய்தாள். அதில் ஓரத்தில் தோழமையுடன் ஒரு நன்றியும் இருந்தது.

வீட்டிற்கு வரும் வழியில் ராஜமாணிக்கத்தை வொர்க்ஷாப்பில் வைத்துப் பார்த்து முந்நூத்தம்பது ரூபாய் வாங்கி ஆட்டோவை செட்டில் பண்ணிவிட்டு வீடு திரும்பியபோது ஒன்றரை மணி உச்சிவெயில் காய்ந்து கொண்டிருந்தது.

‘வெயிலெல்லா உம்மண்டயிலதான்னு ஏன்டா இப்படி அலயுற... அப்படி என்ன பெருசா வேலை கிழிக்கிறேன்னு இம்புட்டு தொலவு அவதி அவதியா ஓடிப்போயிட்டு வந்தீங்க’ என்றாள் அம்மா.

‘ஒரு எளவும் இல்ல. உனக்கென்ன போச்சுன்னு இப்படி புலம்பற. காத்தாட ஒக்காந்து சொகுசா டிவி பாத்திட்டிரு போ...’ எரிந்து விழுந்தபடி சோஃபாவில் கால நீட்டிப் படுத்துக் கொண்டான் காசி.

‘ஆமா நா டிவியேதான் பாத்திட்டிருக்கேன். ஊட்ல சோறு வடிக்க ஏழாளு வேலக்கி வச்சிருக்கீய... டேய்... ரெண்டு வாயி சாப்பிட்டுட்டு படுடா. மதியவேளயில வெறும் வயித்தில படுத்தெழுந்தா தலவலி வயித்துவலின்னு என் உசிர வாங்குவ அப்புறம்... டேய்ய்’

அடுத்து ஐந்து நிமிடங்கள் நிலவிய அமைதியை பொறுக்க முடியாமல் அம்மாவே மீண்டும் ஆரம்பித்தாள் ‘அதென்னடா தொரப்பாக்கம்வரை போயிட்டு இம்புட்டு சுருக்க வந்திட்டீங்க’

‘அங்க தேடிப்போன ஆளு இல்லம்மா. அதான் உடனே ஆட்டோ பிடிச்சு திரும்பிட்டோம்.’

‘ஆட்டோலயா போயிட்டு வந்தீங்க.... காசு?’ என்றாள்.

‘எல்லாம் மாலினி பாத்துகிச்சு. கம்பெனியில வவுச்சர் போட்டு வாங்கிரும்’ என்று சொல்லிவிட்டு திரும்பிப் படுத்துக் கொண்டான்.

‘ரொம்ப நல்ல பொண்ணுல்ல இந்த மாலினி. இன்னிக்கு நீங்க ரெண்டு பேரும் சேந்து வெளில போக சொல்லோ, எத்தினி கண்ணு பாத்திச்சோ. அம்புட்டும் திருஷ்டி தெரியுமா. அப்படி ஒரு சிரிப்பு அந்தப் பொண்ணு முகத்தில’ சற்று இழுத்தவாறே,

‘அவங்க என்னா ஆளுங்கன்னு சொன்னே? அவங்க அப்பாரு ஏதோ போட்டோ ஸ்டுடியோ வச்சிருக்காருல்ல’ என்றாள்.

‘ஆளெல்லாம் யாருங்கன்னு எனக்குத் தெரியாது’ வெடுக்கென சொன்னான். அம்மாவின் நினைப்பு எந்தெந்த திசைகளில் அலையும் என்பது காசிக்கு நன்றாகவே தெரிந்தது.

‘இல்ல... நறுவிசான பொண்ணாவும் இருக்குது. ஏதோ வேலக்கி போய் நாலு காசும் பாக்குது. ஊட்ல சொந்தமா

தொழிலும் இருக்குங்கிற. ஒரே பொண்ணுன்னா... நாம பேசிப் பாக்கலாமேன்னுதான்' அம்மா முடிக்கும் முன்னர் படக்கென எழுந்து உட்கார்ந்தவன்

'நீபாட்டுக்கு கண்டதயும் கிண்டதையும் பேசிப் பாக்கிறேன்னு கௌம்பாத. அந்தப் பொண்ணுக்கு ஏற்கெனவே மொற மாப்பிள்ளங்க மூணு பேத்துக்கும் மேல இருக்காங்களாம். போயி வேலயப் பாரு' என்றான்.

நினைத்துக் கொண்டாற்போல 'ஒரே கசகசன்னு இருக்கு. நாம்போய் குளிச்சிட்டு வர்றேன். ராஜமாணிக்கம் வந்தான்னா வெயிட் பண்ண சொல்லு' என்று பாத்ரூமை நோக்கி நடந்தான் காசி.

ஆரஞ்சு பொம்மை

தனலட்சுமிக்கு, வரும் புரட்டாசியில் நாற்பத்தியெட்டு வயது நிறைகிறது. ஆனால் இப்பொழுதுதான் இருபத்துநான்கு வயது இளந்தாயைப் போல சுஜிதாக்குட்டி ஓடும் திசையெல்லாம் பாய்ந்து பாய்ந்து ஓடுகிறார். எந்நேரமும் குழந்தையை இடுப்பிலேயே இருத்தி வைக்க வேண்டுமென அவ்வளவு ஆசையாக இருக்கிறது தனலட்சுமிக்கு. பாட்டியின் இஷ்டத்தை சூட்சுமமாக தெரிந்து கொண்டது போல குழந்தையும் போக்குக் காட்டி, வளைந்து நெளிந்து ஓடுகிறது வீடெங்கிலும்.

"கையிலயே வச்சு பழக்கிட்டீன்னா, ஊருக்கு போனதும் நம்ம பாப்பாதான கஷ்டப்படும்" என்று சிரித்தார் சிவசண்முகம்.

இன்னும் இரண்டு நிமிடங்கள்தான். பாட்டிக்குத் தப்பித்து தாத்தாவிடம் போய் ஒண்டிக் கொள்ளும் குழந்தையைக் கட்டி தூக்கிக் கொஞ்சிக் கொண்டு அவரும் ஒருபக்கம் ஓட ஆரம்பித்து விடுவார் என நினைத்து சிரித்துக் கொண்டாள் கீர்த்தனா.

"ச்சூ... இன்னும் என்ன பாப்பா கூப்பான்னுட்டு... அவளுக்கே ஒரு பாப்பா பொறந்து ஆச்சு ரெண்டு வருசம். கேட்டா கத்தப்போறா" என்று உள்ளறையை எட்டிப் பார்த்துவிட்டு சொன்ன தனலட்சுமி, தன் காலைத் தொட்டுவிட்டு ஓடுகின்ற குழந்தையை பிடிக்க முயன்று தோற்றது போல பாவ்லா செய்தார்.

"பிள்ள வளக்கிறதுன்னா சும்மாவா என்ன. இது வயசுல கீர்த்தனாவ நான் ஒண்டியாளா சமாளிக்கல? மூணு மாசக் குழந்தையக் குளிப்பாட்டுறதுலேந்து, ஆறு மாசக் குழந்தைக்கு கூழக் காச்சி, செரிலாக்கை கரைச்சு கொடுக்கிறது, கோரோஜனை உரைச்சு கொடுக்கிறது, ஒருவயசுல சாஸ்தாவுக்கு முடியிறக்கி, பொங்க வச்சு, ஒண்ணர வயசல குழந்தைக்கு உரம் விழுந்து பைரவர் கோவில் வைத்தியசாலைக்கு சுப்பக்கா தூக்கிட்டு ஓட.. ரெண்டு வயசுல பொன்னுக்கு வீங்கி வந்து..." என்று சொல்லிக் கொண்டே வந்தவர் நிறுத்திக் கொண்டு "உங்களால ஒரு பைசா பிரயோஜனமிருந்துச்சா என்ன. அப்பவும் சரி. இப்பவும் சரி.

காலைலேந்து பிராட்பேண்டு தகராறுன்னு அங்க பாப்பா அங்கலாய்ச்சிட்டு இருக்கா. சட்டுபுட்டுன்னு யாரையாச்சும் கூப்பிட்டு சரி செய்ய மாட்டீங்களா. மாப்பிள்ள வீடியோல கூப்பிடற நேரம் வேற." என்றார். கணவரின் மீதான செல்லக் கடுப்பை குரல் காண்பித்தாலும், தனலட்சுமியின் முகம் முழுவதும் குழந்தையைப் பார்த்து பெருமிதத்தில் விகசித்தபடி இருந்தது.

ஜல்ஜல்ஜல்லென கொலுசு மணிகள் ஒலிக்க, குழந்தை, கூடத்தைத் தாண்டி வெளி அறைக்கு ஓடிவிட்டது. போன வேகத்திலேயே 'பாத்தீ... பாத்தீ...' எனத் திரும்பி உள்ளே ஓடிவந்தது. தனலட்சுமி குழந்தையைத் வாரித் தூக்கிக் கொண்டு வாசக்கதவருகில் வந்து எட்டிப் பார்த்தார்.

வாசல் படியோரமாக, கிரில் கதவிற்கு வெளியே, தலையை உயர்த்தி, வீட்டினுள்ளே பார்த்துக் கொண்டு நின்றிருந்தார் வெத்தல பெருமாள். அவருடைய இடது கண் இமை இறங்கி கண்ணை முக்கால்வாசி மறைத்திருக்கதால், அவர் அப்படித்தான் அண்ணாந்தபடி எதிரில் பார்ப்பார். நீலம் போட்டு வெளுத்த சட்டையின் கைகளை சுருட்டிவிட்டபடி, பழுப்பேறியிருந்த வேட்டியை ஏறுக்கு மாறாக கட்டியபடி, நெடிதுயர்ந்த மரம்போல நின்றிருந்தார். சுற்றி ஒட்ட வெட்டப்பட்டு, உச்சியில் மட்டும் கூடையாய் கவிழ்ந்திருந்த தலைமயிர் முழுவதும் வெளுத்திருந்தது.

"நல்லாருக்கியா பாப்பா" தனலட்சுமியைப் பார்த்ததும் பெரியதாக சிரித்தார். உள்ளத்தின் சந்தோஷத்தை அப்படியேக் காட்டும் வெள்ளந்தியான முகம்.

அந்த சந்தோஷம் அனைத்தும் அப்படியே தனலட்சுமியிடமும் பற்றிக் கொள்கிறது. "வாங்க. வாங்க. இப்பத்தான் அக்காவப் பத்தி சொல்லிட்டிருந்தேன். உங்களுக்கு நூறாயுசு" என்று வாசக் கதவை விரியத் திறந்தார். இடுப்பில் இருந்த குழந்தை எட்டிப் பார்க்கிறது புது விருந்தாளியை.

"இன்னிக்கு மண்டிக்கு லோடு போகுதுன்னாங்க. நானும் அப்படியே வண்டில ஏறி ஒக்காந்து வந்திட்டேன். ந்தா, பைபாஸ் முக்கு வந்ததும், பாப்பாவ பாத்திட்டுப் போயிடலாம்னு இறங்கீட்டேன்" என்று கணகணவென பேசியபடி, பெருமாள் வீட்டிற்குள் வந்தார். சிவசண்முகம் சோஃபாவிலிருந்து எழுந்து, முன்னே வந்து பெருமாளின் கைகளைப் பற்றிக் கொண்டார். அவர் முகமும் பிரகாசமாகியிருந்தது.

“வாங்க வாங்க. பைபாஸ் ரோட்டிலிருந்து நடந்தேவா வர்றீங்க. ஒரு ஆட்டோ வச்சு வந்திருக்கப்படாது”

கூடத்தினுள்ளே வந்த பெருமாள் சுவாதீனமாக சோஃபாவின் ஒரு முனையில் அமர்ந்து கொண்டு,

“இங்கருந்து வாறதுக்கே எழுவது ரூவா கேப்பான். நமக்கென்ன காட்டுல இறங்கி நடந்து பழகின கட்டை. இந்த ரோட்டுல நடக்கிறதுக்கென்ன”, மீண்டும் பளீரென அதே சிரிப்பு.

“அந்த ஃபேனைப் ஃபுல்லா போட்டு விடுங்க. என்னா வெய்யிலு” என்றார்.

“ந்தா தண்ணி கொண்டாரேன் இருங்க” என்றபடி கூடத்திலிருந்து உள்ளே விரைந்தார் தனலட்சுமி.

“யாரும்மா, பொம்மை அங்கிளா வந்திருக்கிறது?” என்று கேட்டுக் கொண்டே வந்த கீர்த்தனா, குழந்தையை வாங்கிக் கொள்ள கை நீட்ட, அவள் கையை தட்டிவிட்டு பாட்டியின் தோளில் முகம் புதைத்துக் கொண்டது குழந்தை.

“இது பாட்டீன்னு கத்திட்டே உள்ள வந்ததேன்னு வெளில எட்டிப் பார்த்தா, அவரு பாப்பான்னு கூப்பிட்டுட்டு நிக்கிறார்.” சொல்லி முடிக்குமுன்னே தனலட்சுமியின் குரலில் வெட்கம் மண்டுகிறது.

“ஃப்ரிஜ்ல பாலிருக்கா பாரு. பத்து நிமிசத்துல கொண்டு போய் கொடுக்கலைன்னா, என்ன காப்பி போடலையான்னு கேப்பாரு” என்று சொல்லிக்கொண்டே, பெரிய சொம்பு நிறைய குளிர்ந்த நீரோடு கூடத்திற்கு திரும்பினார் தனலட்சுமி.

“ஊருல மழையாமா. எப்படி போகுது சாகுபடில்லாம்” என்று சம்பிரதாயமாக பேசிக் கொண்டிருந்தார் சிவசண்முகம்.

“என்னத்த.. கொடிய காத்து, வெத்தல பறிச்சு, கட்டியெடுத்து, தாவாளத்துக்கு கொண்டு போய் சேக்கிறதுக்கு ஆற கூலிக்கு, சிப்பம் ஆயிர ரூவா கூட போவமாட்டேங்குது. கைல என்னத்த நிக்கப்போகுது” என்றார் பெருமாள் அங்கலாய்ப்பாக.

“அதென்ன அப்படி சொல்லிட்டீங்க. ஆத்தூர் வெத்தலன்னா காத்திருந்து வாங்கிட்டுப் போவாங்களே”

“ஆமாமாம். சொல்லிக்கிட்டாங்க” என்றார் பெருமாள். நீரை முழுவதும் குடித்து சொம்பை தரையோட வைத்துவிட்டு தனலட்சுமியிடம் திரும்பினார்.

“உங்கக்காவுக்கு இப்பவும் உன் நெனப்புதான். நாளைக்கு நாலஞ்சு வாட்டியாவது பாப்பா இப்படி செய்யும் பாப்பா அப்படி பாக்கும்ன்னுட்டு. முன்ன மாதிரி பறிக்க, வைக்கன்னுட்டு காட்டுக்கு போறதுமில்ல. இப்பல்லாம் மூட்டு வலின்னு ஒக்காந்துடறா. எந்நேரமும் டீவிதான். அதில ஏதோ ஒரு சீரியல்ல உன்னாட்டமே ஒரு பொண்ணு வருதுன்னு போன வாரம் பூரா பேச்சு.” என்று பெரியதாக சிரித்துவிட்டு, கையிலிருந்த காக்கிப் பையைத் திறந்து, உள்ளிருந்து அந்த பொம்மையை எடுத்து நீட்டினார்.

தனலட்சுமி இன்னமும் மலர்ச்சியாகி, இடுப்பில் இருந்த குழந்தையை முன்னால் கொண்டு வந்து சொல்கிறார் “இங்க பாரு பாப்பா. என்ன கொண்டு வந்திருக்காங்கன்னு”

பாட்டியின் தோளில் முகம் புதைத்து பம்மிக் கொண்டிருந்த குழந்தை மெள்ள தலைநிமிர்ந்துதுப் பார்க்கிறது அந்த ஆரஞ்சு வண்ண பொம்மையை. சாதாரண பிளாஸ்டிக் பொம்மைதான். கழுத்துவரை இருக்கும் பாப் கூந்தலுடன், கைகளை நேராக வைத்துக் கொண்டு நிற்கும், கவுன் போட்ட சிறுமி. பளீரென அதன் ஆரஞ்சு வண்ணம் கண்ணைப் பறித்தது. படக்கென கையை நீட்டிப் பொம்மையை பற்றிக் கொண்டது குழந்தை.

குழந்தையை விட பெரியதாக உவப்படைந்தவர் போல பெருமாள் உரக்க சிரிக்கிறார். ஹெஹ்ஹே....

“வாங்க தாத்தா” என்று முன்னே வந்த கீர்த்தனாவைப் பார்த்ததும் பெருமாளுக்கு இன்னமும் சிரிப்பு பொங்குகிறது.

“குட்டிப் பாப்பாவா இது” தனலட்சுமியிடம் வியந்துக் கேட்டார்.

“அப்படியே பாப்பாவ பாக்கிற மாதிரியே இருக்கியே கொழந்தே.” என்றார்.

“இது அவ பிள்ளதான். சுஜிதான்னு பேரு” தனலட்சுமியின் குரலில் உணர்ச்சி தளும்புகிறது, “அக்காவ ஒருவாட்டி கூட்டி வரலாம்ல. ” என்றார்.

“வெளில பெருசா போய்க்கிடறதில்ல இப்பல்லாம். நான் இன்னைக்கும் மாசாமாசம் பறிப்பு, பூச்சியரிப்புக்கு மருந்துன்னு காடே கதின்னு கெடக்கறவன். அவ வீடே கதின்னு கெடக்கா”

கீர்த்தனா பிறக்குமுன்னர் சிவசண்முகம் உடுமலைப்

பேட்டையில்தான் வேலையில் இருந்தார். விசாலமான அறைகளும், பெரிய தோட்டமுமாக இருந்த பெருமாளின் வீட்டின் மாடிப் பகுதியைத்தான் முதலில் வாடகைக்குப் பார்த்தார். சிவசண்முகத்தை விட தனலட்சுமிக்கு வீடு சட்டெனப் பிடித்துவிட்டது. அதைவிட, பெருமாளின் மனைவி சுப்பக்காவிற்கு, தனலட்சுமியை அவ்வளவு பிடித்து விட்டது. நாளுக்கு பாதிநேரம், மாடியில் தனலட்சுமியுடன்தான் பொழுது போகும். கீர்த்தனாவை பிரசவித்த கோயம்புத்தூருக்கு போன ஆறு மாதங்கள் தவிர நான்கு ஆண்டுகளாக அப்படியொரு பிணைப்பு. சிவசண்முகத்திற்கு பழனி, திருப்பத்தூர், மதுரை, திருச்சி என எங்கே மாற்றலாகிப் போனாலும், பெருமாள் அவர்களைப் பார்க்க கிளம்பி வந்துவிடுவார்.

“பாப்பா, உங்கக்கா உன்னையப் பத்தியே பேசீட்டிருந்தாளா...” என்று சொல்லிக் கொண்டே, இந்தப் பக்கமா மச்சான் வீட்டு விசேஷம், சகலை மருமகளுக்கு காதுகுத்து என்று அவருக்கென ஏதாவது காரணம் இருக்கும். வரும்போதெல்லாம் பொம்மை ஒன்றையும் வாங்கிக் கொண்டு வருவார். அரைமணி, ஒரு மணிக்கு மேல் கால் தங்காது. அதற்குள் ஒரு காப்பியை மட்டும் குடித்துவிட்டு நடையைக் கட்டிவிடுவார். கீர்த்தனாவிற்கு நினைவில் தெரிந்து பெருமாளின் வருகைகள்.னெல்லாம் அவ்வளவு தித்திப்பாக, சிரிப்பும் சந்தோஷமுமாக நிறைந்திருக்கும் வீடு. இப்போது திருமணமாகி அமெரிக்கா போய், பிள்ளைப் பெற்றுக் கொண்டு வந்தாலும், பெருமாள் அதே பழைய காலநிலையில் இருப்பது போல பொம்மையை வாங்கிக் கொண்டு தனலட்சுமியைப் பார்க்க வந்திருந்தார்.

குழந்தை இப்பொழுது சகஜமாகி அந்த ஆரஞ்சு பொம்மையை இழுத்துக் கட்டிக் கொண்டுவிட்டது. ஒருமுறை அந்த பொம்மையை எடுத்து தள்ளி வைத்துக் கொண்டு பார்த்தது. என்னமோ அதற்கு மட்டும் ஏதோ தெரிந்தது போல மீண்டும் கட்டிக் கொண்டு பாட்டியின் தோளில் சாய்ந்து கொண்டது.

குழந்தையின் உச்சந்தலையில் இரண்டு இணுக்கு மல்லிகைப் பூவை ஹேர்பின் வைத்து செருகிவைத்திருந்தார் தனலட்சுமி. அது நழுவி தனலட்சுமியின் தோளில் புரள, அந்தப் பூவை பற்றியிழுத்து கையில் வைத்து ஆட்டிப் பார்த்துவிட்டு, பொம்மையின் தலைமீது பூவை வைத்துப் பார்த்தது குழந்தை.

அடுக்களையில் பாலை சுட வைத்து விட்டு, காப்பி டிகாக்ஷனை

டம்ளரில் ஊற்றினாள் கீர்த்தனா. பின்னாலேயே குழந்தையுடன் வந்த தனலட்சுமி,

"ரொம்ப நீர்க்க இருக்கோ. நீ போட்ட காப்பி மாதிரியில்லன்னு சொல்லிருவாரே" என விசனப்பட்டார் தனலட்சுமி. குழந்தையை கீர்த்தனாவிடம் தூக்கிக் கொடுத்துவிட்டு,

"வெளில, கோலப்பன் இருந்தான்னா, விசாலம் கபேலேந்து ஒரு காப்பிய சுருக்க வாங்கி வரச் சொல்லிடலாம்" என்று பரபரப்புடன் கொல்லைப்புறம் போனார். குழந்தை உடனே 'பாத்தீ...' என முனகிக் கொண்டே அவரை நோக்கிப் பாய்ந்தது.

"ஐயா கௌம்பறேன்னுட்டு நிக்கிறாங்க. எங்க போயிட்டா உங்கம்மா" என்றபடியே உள்ளே எட்டிப் பார்த்த சிவசண்முகம், தனலட்சுமி போவதைப் பார்த்துவிட்டு, பின்னாலேயே அவரும் போனார்.

ஹாலுக்கு குழந்தையுடன் வந்த கீர்த்தனா, "தாத்தாவுக்கு தாங்க்ஸ் சொன்னியா. நீ பாட்டுக்கு சைலண்ட்டா பொம்மைய வாங்கிக்கிட்ட" என்றாள்.

பொம்மையின் தலையில் பூவை வைத்து அழகு பார்த்துக் கொண்டிருந்த குழந்தை, பெருமாளைப் பார்த்ததும் சட்டென அம்மாவிடம் ஒண்டிக் கொண்டது. பிறகு தலையை மறுப்பாக ஆட்டிவிட்டு மீண்டும் அவள் கழுத்தில் தலையைப் புதைத்துக் கொண்டது.

குழந்தையின் அசைவுகளைப் பார்த்த பெருமாளுக்கு ஒரே சிரிப்பு.

"அதான் கரீக்ட்டு கொழந்தே. நமக்கு பொம்மதான முக்கியம். மிச்சமெல்லாம் நமக்கெதுக்கு" என்று குழந்தையிடம் 'ஜ்ஜ்ஜஜ்ஜூ ஜ்ஜஜ்ஜோ' என்று கொஞ்ச ஆரம்பித்தார்.

"தாங்க்ஸ் சொல்லலைன்னா, தாத்தாகிட்ட பொம்மைய திருப்பிக் கொடுத்திருவேன்" என்று மிரட்டினாள் கீர்த்தனா.

அவளை நிமிர்ந்து ஓரிரு நொடிகள் பார்த்த குழந்தை சட்டென திரும்பி பெருமாளைப் பார்த்து வெடுக்கென "தாங்க்ஸ்" என்றுவிட்டு திரும்பிக் கொண்டது.

பெருமாள் உட்கார்ந்த இடத்திலேயே குதித்து சிரித்தார். குழந்தையை நோக்கி கையை நீட்ட, பயந்தாற்போல் திரும்பிக் கொண்டது குழந்தை. பிறகு ஏதோ விளையாட்டுப் போல

கையை மட்டும் நீட்டி அவர் கையைத் தொட்டுவிட்டு மீண்டும் தலையைத் திருப்பிக் கொண்டது.

பெருமாள் மீண்டும் சிரித்தார். "இப்படித்தான் கொழந்தே... நீயும் சுப்புக்கிட்ட ஒக்காந்துகிட்டே எங்கிட்ட வெளாடுவே. எங்கிட்ட வரவே மாட்ட. எந்நேரமும் சுப்பு இடுப்புலதான். ஒனக்கு ஒரு சளி இருமல்ன்னா கூட அவ இறக்கி விடமாட்டா. உனக்கு கழுத்துல உரம் விழுந்து அழுதிட்டிருந்தப்ப, அவல்லா உன்னவிட அழுதா" என்றார். பெருமாள் குரலில் இருந்த சிரிப்பு மெல்ல மறைந்து, வேதனை படரத் தொடங்கியது.

"அதுக்குள்ள என்னத்த புறப்பட்டீங்க" என்று தனலட்சுமி அடுக்களையிலிருந்து வெளியே வர, அவர் கையிலிருந்த காப்பி டபராவை பார்த்துவிட்டு,

"அதான. எங்க காப்பி கொடுக்காமையே பாப்பா அனுப்பிச்சிடுமோன்னு நெனச்சிட்டிருந்தேன்" என்றார் பெருமாள்.

காப்பியை வாங்கி, ஒரு ஆற்று ஆற்றிவிட்டு அண்ணாந்து வாயில் விட்டுக் கொண்டுவிட்டு நிமிர்ந்தார்.

"கடை காப்பியாக்கும். ஒங்கூட்டு காப்பி மாதிரி தெரிலயே" என்றார். வெட்கத்தினூடே தனலட்சுமி, கீர்த்தனாவைப் பார்த்து "சொன்னேன் பாத்தியா" என்பது போல சிரித்தார்.

"இருங்க நான் ஸ்கூட்டரில் கொணாந்து விடறேன்" என்று சிவசண்முகம்ன் சட்டையை மாட்டிக் கொண்டு கிளம்பினார்.

"இங்கருந்து பஸ்ஸ பிடிச்சா மண்டிக்கு அரை அவர்ல போயிருவேன். நீங்க ஏன் கௌம்பிக்கிட்டு" என்றார் பெருமாள்.

"வெயில்ல எதுக்கு பஸ்ஸு நஸ்ஸுன்னுட்டு. வாங்க கொண்டு விட்டுடறேன்" என்று விடாப்பிடியாக சிவசண்முகமும் வெளியில் வந்தார்.

அவர் ஸ்கூட்டரை எடுத்து ஸ்டார்ட் செய்து வெளியில் வருவதற்குள் பெருமாள் "வரேன் பாப்பா" என்று தனலட்சுமியிடம் சொல்லிக்கொண்டு நடக்க ஆரம்பித்துவிட்டார்.

பெருமாள் கிளம்பிப் போனதும் குழந்தை மீண்டும் துறுதுறுவென இறங்கி ஓட ஆரம்பித்து விட்டது. கக்கத்தில் இடுக்கி வைத்திருந்த ஆரஞ்சு பொம்மை மேலும் கீழுமாய் ஆடியது.

காலையிலிருந்து பிராட்பேண்ட் பிரச்னை இரவுதான் சரியானது. ராம்குமாரின் இந்திய பிரயாணம் இரண்டு வாரங்கள் தள்ளிப் போகிறதென, அவன் மெயில் அனுப்பியிருந்தான்.

"நீ இன்னும் டிக்கெட்டை தள்ளிப் போட்டால், திரும்பிப் போகும்போது நாமிருவரும் தனியாகத்தான் போக வேண்டியிருக்கும். இந்தக் குட்டி இங்கே பாட்டி தாத்தாதான் எல்லாத்துக்குமென நன்றாக பழகிவிட்டது. சமயத்தில், என்னை ஒரு மனுஷியாக் கூட மதிப்பதில்லை" என்று அவனுக்கு பதிலெழுதிவிட்டு கீர்த்தனா கூடத்திற்கு வந்தாள்.

தனலட்சுமி குழந்தையை மடியில் குப்புறப் போட்டு தட்டிக் கொடுத்துக் கொண்டே டீவி பார்த்துக் கொண்டிருந்தார். குழந்தை ஆரஞ்சு பொம்மையை தோளோடு சேர்த்து அணைத்துப் பிடித்துக் கொண்டு தூங்க ஆரம்பித்திருந்தது. தூக்கத்திலும் அந்த பிளாஸ்டிக் பொம்மையின் மீது பிஞ்சு விரல்கள் மேலும் கீழுமாக வருடிக் கொண்டிருந்தன.

கீர்த்தனாவைப் பார்த்ததும் தனலட்சுமி, "நீயும் இப்படித்தான். குப்புறப்போட்டு தட்டிக் கொடுத்தா ரெண்டே நிமிஷத்துல தூங்கிருவ" என்றார் சிரித்துக் கொண்டு.

ஒருகையால் குழந்தையை தாலாட்டுவது போல தட்டிக் கொடுத்துக் கொண்டே, குழந்தையின் கையிலிருந்த பொம்மையை மெள்ள பிரித்து எடுக்கப் பார்த்தார் தனலட்சுமி. அது அரைத் தூக்கத்தில் 'ஹ்ம்ம்' என்று முனகிவிட்டு மீண்டும் பொம்மையை இறுக்கிக் கொண்டது.

ஆரஞ்சுக் கலரில் என்ன விளையாட்டு சாமானாக இருந்தாலும், குழந்தைக்கு அவ்வளவு பிடித்து விடுகிறது என்று கீர்த்தனா நினைத்துக் கொண்டாள். அதைச் சொன்னால் போதும். கீர்த்தனாவும் அந்த வயதில் அப்படித்தான் இருந்தாள் என அம்மா ஆரம்பித்து விடுவார். பெருமாள் வரும்போதெல்லாம் ஒரு பொம்மை கொண்டு வருவார் என்பது நினைவில் ஆழப் பதிந்திருந்தது போல அவர் என்ன மாதிரியான வண்ணங்களில் பொம்மைகள் கொண்டு வந்தார் எனநினைவில்லை.

'மரகதவீணை' என்று ஒரு சீரியல், டிவியில் ஏதோ ஒரு சேனலில் ஓடிக் கொண்டிருந்தது. பள்ளிக்கூட தலைமையாசிரியைப் போன்ற தோரணையில் கண்ணாடி அணிந்திருந்த அம்மணி ஒரு சாயலில் அம்மாவைப் போலவே இருப்பது போலப் பட்டது கீர்த்தனாவிற்கு.

“ஏம்மா, பெருமாள் அங்கிள் வந்தளவுக்கு, அந்த ஆண்ட்டி.... அதான் சுப்பக்கா.... நம்ம வீட்டுக்கு வந்ததில்லல்ல” என்றாள்.

பின்புறம் சோஃபாவில் இருந்த பஞ்சுப் பொதி கரடி பொம்மையை எட்டிப் பிடித்து எடுத்த தனலட்சுமி, குழந்தையின் கையில் அதை மெள்ள திணித்தபடி ஆரஞ்சு பொம்மையை விடுவிக்க முயன்றார்.

குழந்தை கண்ணை விழித்துப் பார்த்துவிட்டு, அரை கிறக்கமாக “பாத்தீ...” என்றுவிட்டு ஆரஞ்சு பொம்மையை இழுத்துக் கொண்டது.

இரண்டாவது முறையாக தனலட்சுமி இழுத்தும் குழந்தை விட்டுக் கொடுக்காமல் சிணுங்க, கீர்த்தனா சற்று முன்னே வந்து குழந்தையின் முதுகை தட்டிக் கொடுக்க ஆரம்பித்தாள்.

அவளை நிமிர்ந்துப் பார்த்த தனலட்சுமியின் முகத்தில் ஏதோ ஒரு வேதனை ரேகை குடி கொண்டிருந்தது.

“இவ வயசுதான் இருக்கும். ஒன்னை தூக்கிட்டு மாடிப்படியில இறங்கும்போதுதான் கீழப் போட்டுடுச்சு சுப்பக்கா. அப்ப ஒங் கழுத்துல உரம் விழுந்து நீ பட்ட பாடு இருக்கே” தனலட்சுமியின் குரலில் இருந்த வேதனை மெல்ல மறைந்து, கசப்பு படரத் தொடங்கியது. “புள்ளன்னு ஒண்ணு பெத்திருந்தாத்தானே தெரியும் அது அருமல்லாம். எல்லாம் அடிவயித்து பொருமல். குழந்தையைப் போட்டு பொசுக்கி எடுத்திரும். காலைல அவ பேரச் சொல்லிட்டு வந்திட்டுப் போனவுடன பாரு, குழந்த தூங்கறதுக்கு அனத்து அனத்துன்னு அனத்திட்டிருக்கு” படக்கென அந்த ஆரஞ்சு பொம்மையை பிடுங்கி பக்கத்தில் போட்டுவிட்டு, புரண்டு படுக்க யத்தனித்த குழந்தையை அள்ளித் தூக்கி தோளில் போட்டுக் கொண்டு எழுந்தார்.

“படுக்கல போட்டுடறேன். இல்லன்னா டக்னு முழிச்சுக்குவா”

ராம்குமாரின் வீடியோ கால் வருகிறது என்பதை கீர்த்தனாவின் கையில் இருந்த ஃபோன் அறிவிக்க, அவள் வேகமாக உள்ளறைக்கு திரும்பினாள்.

படுக்கையறைக்குள் நுழையுமுன்னர் தனலட்சுமி, சோஃபாவில் சாய்ந்தமர்ந்து கொண்டு டிவி பார்த்துக் கொண்டிருந்த, சிவசண்முகத்தை தொட்டு, அந்த ஆரஞ்சு பொம்மையைச் சுட்டிக் காட்டிவிட்டுச் சென்றார்.

குறிப்பை உணர்ந்து கொண்டது போல சிவசண்முகம்

சுற்றுமுற்றும் தேடி ஒரு பிளாஸ்டிக் பையை எடுத்து அந்த பொம்மையை அதனுள்ளேப் போட்டு மூடி சோஃபாவின் அடியில் தள்ளிவிட்டார்.

மறுநாள் சனிக்கிழமைக் காலை குப்பை அள்ளிப் போகும் வண்டி ஆறு ஆறரைக்கு வரும். அதுவரை அந்த ஆரஞ்சு பொம்மை குழந்தை கண்ணில் படாமல் இருந்தால் போதும் என நினைத்துக்கொண்டார் சிவசண்முகம்.

கற்பகம்

'ஒரு பூ பேர் நினச்சுக்கோங்க'

'பத்துக்குள்ள ஒரு நெம்பர் நினச்சுக்கோங்க'

'ஏதாவது சாமி பேரு ஒண்ணு... நினச்சுக்கோங்க' என்று வரிசையாக சொல்லிவிட்டு, ஒரு காகிதத்தின் முனையை மடித்து தூக்கிப் பிடித்துக் கொண்டு பொன்னுரங்கம் கண்ணில்படாதவாறு கற்பகம் ஏதோ எழுதிக் கொண்டிருந்தாள். மோவாயை தூக்கி, விரலால் தடவிக்கொண்டே, கற்பகம் கேட்டவைகளுக்கு பதில் சொல்லிக் கொண்டிருந்தார் பொன்னுரங்கம் மாஸ்டர்.

'நினச்சுக்கிட்டீங்களா? இப்பப் பாருங்க' என்று கற்பகம் அவர் முன் பேப்பரை நீட்ட, அதை வாங்கிப் படித்த மாஸ்டர்

'இதெந்தா குறளி வித்தையோ டீச்சர்' என்று அதிசயித்தார்.

அந்த விளையாட்டு முத்துக்குமாருக்கு பரிச்சயமானதுதான். பன்னிரெண்டு வயதான அவனுக்கே பொன்னுரங்க மாஸ்டரின் விருப்பங்களை ஓரளவுக்கு யூகிக்க முடியும் எனும் போது கற்புடீச்சரால் முடியாதா என்ன. பொன்னுரங்கம் மாஸ்டர்அவள் என்ன எழுதியிருந்தாலும் அது சரிதான் என்று சொல்லியிருப்பார் என்பது வேறு விஷயம்.

'இதென்ன பெரிய விஷயம்... இப்ப நீங்களே உங்களுக்குப் புடிச்ச பொண்ணு பேரை நினைச்சுக்குங்களேன்' புருவங்களை ஏற்றி இறக்கி அவரைப் பார்த்து சிரித்துக் கொண்டே 'நான் கரெக்டா கெஸ் பண்ணிருவேன்' என்றாள்.

பொன்னுரங்கத்தின் கன்னமெல்லாம் சிவந்து போய், நெற்றியில் வியர்வை அரும்பிவிட்டது.

காவனூர் மண்டபத்தில், பள்ளிக்கூட பிள்ளைகளுக்கு பாட்டு போட்டி நடந்தது கொண்டிருந்தது. பெண் பிள்ளைகளுக்கு கற்பு டீச்சர் பொறுப்பேற்றுக் கொண்டு வர, பொன்னுரங்கம் வாத்தியார் தலைமையில் போட்டிக்கு அவர்கள் எல்லோரும் போய்க்

கொண்டிருந்தார்கள். பள்ளிகூடத்தின் எந்தப் போட்டி என்றாலும் முத்துக்குமாரை அந்த டீமில் சேர்த்து விடுவாள் கற்பு டீச்சர்.

கற்பு டீச்சரின் வீட்டிற்கு எதிரில்தான் முத்துக்குமார் வீடு. நான்கு வருடங்கள் முன்னால் அந்தப் பள்ளிக்கூடத்தில் அவன் சேர்ந்தத போதே, முத்துக்குமாரின் அம்மாவிடம்,

'அவனை எதுக்கு ரிச்சால அனுப்பறீங்க. ந்தா... எதிர்லதான நான் இருக்கேன். நானே ஸ்கூலுக்கு கூட்டிப் போய், சேஃபா கொண்டு வந்து விடறேங்க்கா. என்னடா குட்டி?' என்று அப்பொழுதே முத்துக்குமார் அம்மாவிடம் சொல்லி அவனைப் பொறுப்பேற்றுக் கொண்டாள். அப்போதிலிருந்தே அவனுக்கு கற்பு அக்காவாகி விட்டாள்.

கற்பு அக்காவின் அப்பா ஆறுமுகனார், தேனம்மை பள்ளிக்கூட டிரஸ்ட்டில் பொறுப்பில் இருந்தார். அதனால் பள்ளியில் அவளுக்கு தனி மதிப்பு. அந்த தனி மதிப்பில் ஒரு பகுதி, அவள் கூடவே சுற்றிக் கொண்டிருந்த முத்துக்குமாருக்கும் கிடைத்தது. அக்காவிற்கு வகுப்பு வேலை தவிர, ஆண்டுவிழா, டிராயிங் கிளாஸ், பாட்டு போட்டி, டிராமா ரிகர்சல் என நிறைய பொறுப்புகள் உண்டு. யாரும் அவளுக்கு பொறுப்புகள் அளிக்க வேண்டாம். அவளே எடுத்துக் கொண்டுவிடுவாள். நிர்மலா டீச்சர் பிரசவத்திற்கு போயிருந்தபோது இந்திப் பாடம் கூட எடுத்தாள். 'இந்த கொக்கியை இப்படிக்கா திருப்பி போடனுமாக்கும்' என்று பிள்ளைகளிடமே கேட்டு கேட்டு எழுதி சமாளித்துவிட்டாள்.

ஸ்கூல் போகும் வழியில் சந்தை திருப்பத்தில் மூணு ரோட்டு முக்கில் பாதாளி அம்மன் கோவில் உண்டு. கோவிலென்றால், கோவில் கிடையாது. சாலையில் கீழே பாதாளி அம்மன் இருக்க மேலே படுக்கை வாக்கில் பெரிய கல் ஒன்று இருக்கும். அதுதான் பாதாளி. அதன் முன்னே கற்பூரம் ஏற்றி வைத்து கும்பிடுவார்கள்.

கற்பு அக்கா கோவிலுக்கு முன்னால் வண்டியை நிறுத்திவிட்டு, தினமும் ஏதாவது ஒரு பூ போடுவாள். அங்கே இருக்கும் சிறிய கிண்ணத்தில் இருந்த குங்குமம் எடுத்து நெற்றியில் வைத்துக் கொண்டு அவனுக்கும் ஒரு பொட்டு வைத்துவிட்டு ஸ்கூலுக்கு கூட்டிப் போவாள்.

அப்படித்தான் முத்துக்குமாருக்கு எல்லா வாசனைகளும் அத்துபடியானது. நந்தியாவட்டை, பவழமல்லி, சாமந்தி, மல்லி,

அடுக்குமல்லி, பன்னீர் பூ, செம்பருத்தி, ரோஜா, தாழம்பூ, கொன்றை, முல்லை, ஆவாரம், நாகலிங்கம், மருக்கொழுந்து, வாடாமல்லி, கனகாம்பரம்.... ஒவ்வொரு பூவிற்க்கும் ஒவ்வொரு வாசம். ஒவ்வொர் அழகு. கம்பீரம். கற்பு அக்கா போல.

இன்று பவழமல்லி வாசமடித்தது முத்துக்குமாருக்கு. ஜன்னலோர சீட்டில் அக்கா அமர்ந்திருக்க, அடுத்து அவன், கடைசி சீட்டில் மாஸ்டர்

பொன்னுரங்கம் அந்தப் பள்ளிக்கு பாட்டு வாத்தியாராக வந்து இரண்டு ஆண்டுகள் ஆயிற்று. பாதாளி கோவில் பக்கத்தில் சிங்கப்பூர் செட்டியார் வீடு ஒன்று இருந்தது. அதன் மூன்றாவது மாடியில் ஒற்றை அறையில்தான் குடியிருந்தார் வலதுபக்கமாக வகிடெடுத்து சுருட்டையான கிராப்புடன் அவர் கொணகொணவென மலையாள வாடையில் தமிழ் பேசுவது சற்று கவர்ச்சியாகத்தான் இருக்கும். 'எந்தா களிக்குன்னது, பாட்டை கவனி' என்று கோபப்பட்டாலும் மாணவர்கள் சட்டை செய்ய மாட்டார்கள். கற்பகத்திடம் 'நிங்கள் மாடர்ன் டிரஸ் டரை செய்யனும் டீச்சர். நல்லா இருக்கும்' என்று சுவாதீனமாக சொல்லத் தயங்கியதில்லை.

'மனோரஞ்சிதம் பூ பார்த்திருக்கீங்களா சார்?'

'அய்யோ... அது பார்த்தால் பெருசா ஒண்ணும் இருக்காது. ஆனா வாசன அள்ளிகிட்டு போகுமாக்கும். டீச்சர்... ஒருசமயம் குட்டநாடு வரனும். வேம்பநாட்டு காயல் காணலாம். அங்க ஆரணூர் பக்கம்தான் எண்ட மணை. தோட்டத்துல மனோரஞ்சிதம் மணம் எப்பவும் உண்டாக்கும். டீச்சர் வெகேஷன்க்கு வரனும். காயலில் போட் ரேஸ், ஃபிஷிங் எல்லாம் பாக்கலாம்...'

பொன்னுரங்கம் பேசத் தொடங்கும்போதுதான் தயங்குவார். அப்புறம் ஒரே பிரவாகம்தான். உணர்ச்சி வேகத்தில் தமிழ் தடுமாறி மலையாளத்தில் பொங்கி வழிந்து கொண்டிருந்தார். நடுவில் எப்போது பேச்சு அறுந்து போனது என்று நினைவில்லை. ஆவத்தூர் கிராஸ் ரோடு வந்தபோதுதான் முத்துக்குமார் கவனித்தான், பொன்னுரங்கம் வலதுகை விரல்களில் கர்சீப் சுற்றியிருக்க அதில் கருஞ்சிவப்பாக இரத்தம் ஊறி உறைந்திருந்தது. போட்டி நடத்துபவர்களிடம் 'பஸ்ஸில் தகரம் கீச்சி விட்டது' என்று சொன்னார்.

'கையக் கால வச்சிகிட்டு சும்மா வந்தாத்தானே' என்று கற்பு அக்கா எரிச்சலோடு முணுமுணுத்தாள்.ரிகர்சல் முடியும்வரை

இரண்டு பேரும் முகம் கொடுத்து பேசிக் கொள்ளவில்லை. அவர்களுடைய முதல் வெளிப்புற சந்திப்பு இப்படி ஹேர்பின் குத்திய இரத்த காயத்தில் முடியும் என்று பொன்னுரங்கம் மாஸ்டர் எதிர்பார்த்திருக்கவில்லை. ஆனால் அதுவே அவரை கற்பகத்தை மேலும் நெருங்க தூண்டிவிட்டது.

அடுத்த சுற்றில் பங்கேற்க ஞாயிற்றுக் கிழமை போக வேண்டியிருந்தது. பரமச்சி குளம் நர்சரியிலிருந்து ஆரஞ்சு வண்ண ஆர்கிட் பூக்களையும், முத்து பதித்த தலை கிளிப்பும், பிங்க் வண்ண லேஸ் பதித்த கைக்குட்டையும், சாக்லேட் பட்டையும் கொண்டு வந்திருந்தார். அப்பொழுதுதான் இருவருக்குமிடையிருந்த மாயத்திரை ஒன்று விலகியது போல் சிரித்துக் கொண்டார்கள்.

இறுதிச் சுற்றில் தேனம்மை ஸ்கூல் தோற்றுப்போயிற்று. அதைக் கொண்டாடும் விதமாக பொன்னுரங்கம் மாஸ்டர் ஒரு அமெரிக்கன் டயமெண்ட் மோதிரம் வாங்கினார். அழகான வெண்தாமரைப் இதழ் நடுவில் மிதக்கும் பனித்துளி போல் அமெரிக்கன் டயமன்ட் பதித்த மோதிரம். முத்துக்குமார் இருக்கும்போதுதான் கற்புவிடம் கொடுத்தார்.

'உனக்குப் புடிச்சிருக்கா? ராசிக்கல் மோதிரம்னு அம்மாகிட்ட சொல்லிடலாமா' என்றாள் முத்துக்குமாரிடம். அவனுக்கும் அந்த பூவிதழ் டிசைன் பிடித்திருந்தது.

பெண்களை வசீகரிக்கும் அளவிற்கு மாஸ்டருக்கு பிற சாமர்த்தியங்கள் போதவில்லை. பள்ளிக்கூட அட்டெண்டர் ஜோசப் அறிமுகம் செய்த நகைக்கடையில் அவர் மோதிரம் வாங்கியது மெள்ள கசிய, இரவில் மலர்ந்த பன்னீர் மலர், பகலில் ஒளித்து வைத்தாலும் அதன் வாசம் காட்டிக் கொடுத்து விடும் என்பது போல, ஸ்கூலில் புகைந்த நெருப்பு மெள்ள பற்றி எரியத் தொடங்கியது.

ஒரே வாரத்தில் பொன்னுரங்கத்திற்கு வேலை போயிற்று. வீட்டை காலி செய்துவிட்டுப் போகச் சொல்லிவிட்டார்கள். கற்பு அக்காவின் அம்மா தெய்வான அத்தாச்சிக்கு நெஞ்சுவலி வந்து ஆஸ்பத்திரியில் சேர்த்தார்கள். ஆறுமுகனாரின் பெரியப்பா வழி சொந்தமான வள்ளிநாயகத்திற்கு கற்பு அக்காவை பேசி முடித்தார்கள்.

ஒரு வெள்ளிக்கிழமை முகூர்த்த நாளில், செங்காளிபுரம் முருகன் கோவிலில் வைத்து கல்யாணமும் முடிந்துவிட்டது.

இந்த தடாலடி திருப்பங்கள் மற்றும் திடீர் கல்யாணத்தால் கற்பு அக்கா அதிகம் நிலைகுலையவில்லை. கம்பீரமாகத்தான் இருந்தாள். மருதாணி இட்டு, ராக்கொடி வைத்து, கூந்தல் அலங்காரமெல்லாம் செய்து கொண்டு புது மணப்பெண்ணாக வந்தபோது முத்துக்குமாரிடம். 'எப்படி இருக்குடா?' என்று இயல்பாகக் கேட்டாள். ரோஜாக்களும் சாமந்தியும் கலந்து கட்டிய பெரிய கல்யாண மாலை கதம்பமாக வாசம் வீசிற்று.

வள்ளிநாயகம் மாமா கராத்தே பள்ளி வைத்திருந்தார். கற்பகத்தைவிட சில அங்குலங்கள் குள்ளமாக, கரளை கரளையான கைகளுடன், இறுக்கமான சட்டையில் தெறிக்கும் பித்தான்களுடன் 'திம்' என இருந்தார். கல்யாணம் முடிந்த மாலை விருந்தின் போது, முத்துக்குமார் வள்ளிநாயகத்திடம் 'மாமா, உங்களுக்கு பிடிச்ச பூவை சொல்லுங்களேன். அக்கா டக்னு கண்டுபிடிச்சிடும்' என்றான்.

'அவனுக்கு என்னா... இனிமேட்டு எல்லாம் கற்பூதான் புடிக்கும்னுவான்' யாரோ விளையாட்டாக சொல்லி, சிரிக்க. வள்ளிநாயகத்தின் அம்மா வார்த்தையிலேயே நொடித்துக் கொண்டார்.

'புடிச்ச்சிட்டாலும்... நல்லா வச்சாங்க பேர உம் பொண்டாட்டிக்கு. ஊத்தவாய்ல தேனொழுகிச்சாம்கிற கதயா... கற்புவாம்ல'

சிறிது நேரம் எல்லாரும் அமைதியானார்கள். பிறகு மீண்டும் சளசளவென பேச ஆரம்பித்து விட்டார்கள். மருதாணி வெளிறிப்போன விரல்களுடன் கற்பகம் மறுவீட்டுக்கு வந்தாள். வள்ளிநாயகமும் வந்திருந்தார். 'டேய், மாப்ள ஒரு பாயட் சிகரெட் வாங்கிட்டு வா' என்று முத்துக்குமாரை அனுப்பினார். கற்பு அக்கா அவரை முறைத்துவிட்டு 'அவன் எதுக்கு... நீங்களே போங்க' என்றாள். அப்போதுதான் கவனித்தான், அவரிடமிருந்து எப்போதும் அந்த மட்டரக சிகரெட்டு வாசனைதான் வந்து கொண்டிருந்தது.

வள்ளிநாயகம் அந்த காலத்தில் வெகு தீவிரமாக ஆணழகன் போட்டிக்கு முயன்றுக் கொண்டிருந்தார். குமரன் காலனியில் நடந்த போட்டியில் பங்கேற்று இரண்டொரு சுற்றுக்கள் முன்னேறியிருந்தார்.

'ஏங்க்கா, மாமா ரொம்ப ஸ்ட்ராங்கோ. எத்தனை பேரு வந்தாலும் போட்டு அடிச்சிருவாரா' என்று கேட்டான் ஒருமுறை.

‘இவர் அடிக்கவே வேணாம். இந்த சிகரெட் நாத்தத்துக்கு அவங்களாவே ஓடிருவாங்க என்றாள்.

‘வ்வ்யேய்... என்னா ஸ்மெல்லு இது? பீடி நாத்தம்விட மட்டமா இருக்குக்கா. அவரால மட்டும் பொறுத்துக்க முடியுது?’ என்று பதிலுக்குக் கேட்டான்.

‘அவருக்கு எந்த வாசனையுமே தெரியாதுடா. அஸ்னோமியாவோ என்னவோ. அப்படின்னு ஒரு வியாதி. நாக்கு மூக்கு எதுவும் ஸ்மெல் தெரியாம மரத்து போயிரும். செண்டு மல்லி, சாணிப்பூ எல்லாம் ஒண்ணுதான் அவருக்கு’

கற்பு அக்கா அதைச் சொல்லிக் கொண்டேவாடிப் போயிருந்த கனகாம்பரத்தை சரமாக தொடுத்துக் கொண்டிருந்தாள்.

பிறகு ஆடிப்பிறப்பு, விளக்குபூஜை, முளைப்பாரி என்று ஒவ்வொரு விசேஷமாக அம்சாபுரத்திற்கு வந்து போய்க் கொண்டிருந்தவள், இரண்டு வருடங்களில் மொத்தமாக பிறந்த வீட்டிற்கே வந்துவிட்டாள். அவள் புறங்கையில் இருந்தசூட்டு தழும்புகளைப் பார்த்துவிட்டு அத்தாச்சியும், மாமாவும் புலம்புவதை நிறுத்திக் கொண்டார்கள். எல்லாம் சிகரெட் சூட்டால் வந்த வடுக்கள். பழையபடி பாதாளிக்கு பூ போடுதல், பள்ளிக்கூடம், வாரச்சந்தை, நாட்டியம், நாடகம் என்று பழைய கற்பு டீச்சராகி விட்டாள். ஆனாலும் பள்ளியில் பொன்னுரங்கம் மாஸ்டர் மோதிரம் போட்ட டீச்சர் என்ற பெயரும் சுற்றிக் கொண்டிருந்தது.

அப்போது முத்துக்குமார் எட்டாவது வகுப்புக்கு வந்துவிட்டான்.. வீட்டில் சைக்கிள் வாங்கிக் கொடுத்திருந்ததால் அக்காவோடு சேர்ந்து பள்ளிக்கூடம் போவது இல்லை. சில மாதங்களுக்கு வள்ளிநாயகம் வந்து கற்பகம் அக்காவின் வீட்டில் ஓரிரெண்டு நாட்கள் தங்கியிருந்துவிட்டுப் போவார்.

‘என்னத்தாச்சி, மாப்பிள்ள வந்துட்டுப் போனார் போலிருக்கு’ என்று யாராவது சாடையாக விசாரிப்பார்கள். அதற்கு உள்ளர்த்தம், கற்பு எப்போது கணவன் வீட்டிற்குப் போகப் போகிறாள் என்பது. அதுவும் ஒரு காலத்தில் மொத்தமாக நின்றபோது

எம்டிஎஸ் டிரான்ஸ்போர்ட் முதலாளி திருவேங்கடத்திற்கு கற்பு அக்காவை பேசுகிறார்கள் எனக் கேள்விப்பட்ட போதுதான் அந்தத் திருமணம் முற்றிலுமாக முறிந்து போயிருந்தது என அவனுக்குப் புரிந்தது. பஸ் கம்பெனி முதலாளியின் மூத்த

பெண்ணிற்கு முத்துக்குமாரை விட ஓரிரெண்டு வயதுகள் கம்மியாக இருக்கலாம்.

பத்தாவது பரீட்சைகள் தொடங்கி விட்டிருந்த காலம். வெளித்திண்ணையில் ஆறிப் போன டீயைக் குடித்துவிட்டு புத்தகங்களை திறந்து வைத்துக் கொண்டு படிக்கிறேன் என்று பேர் பண்ணிக் கொண்டிருந்தவன் அப்படியே தூங்கிவிட்டான்.

'குட்மார்னிங்' என்று சொல்லி அவன் தோளை யாரோ தட்ட, திடுக்கிட்டு விழித்துப் பார்த்தால், இருட்டில் நிழலுருவமாக கற்பு அக்கா.. சிரித்துக் கொண்டே 'இன்னும் ரெண்டவர் ஆச்சுன்னா விடிஞ்சிரும். உள்ள போய் நல்லா தூங்கு கொஞ்ச நேரமாச்சும். அப்பத்தான் பரீச்சைல ஒக்காந்து எழுத முடியும்' என்றாள்.

தலையை உலுக்கி தூக்கத்தை உதறிக் கொண்டு நிமிர்ந்து பார்த்தவன் 'பரீச்சைக்கே போகப் போறதில்லக்கா. ஒரே பயம்மா இருக்கு' என்றான்.

'ஒழுங்காப் படிச்சா இப்படில்லாம் ஏன் தோணப் போகுது' என்று சொல்லிவிட்டு அவளும் வெளித்திண்ணையில் அமர்ந்து கொண்டு அவனைப் பார்த்தாள். முத்துக்குமார் ஒன்றும் சொல்லாமல் குனிந்து கொண்டான்.

அவன் தோளைத் தொட்டு திருப்பி, 'பெரியாளாயிட்டீய. அடுத்த வருசம் காலேஜுக்கு வேற போயிருவ. இல்ல.' என்றாள் கற்பகம்.'இப்பல்லாம் பாக்கவே முடியலயேடா உன்னைய.'

முத்துக்குமார் தலையைக் குனிந்து கொண்டான். 'என்னக்கா நீ. எங்கப் போயிட்டேன் நான். தோ. அடுத்து உன் கல்யாணம் வரப்போகுது.' என்றான்.

கற்பகம் தலையை உயர்த்தி சிரித்துக் கொண்டாள். 'கல்யாணம்தானே. அது நடக்காம என்ன.. இப்பக் கூட ஒரு சம்பந்தம் வந்திருக்குன்னாங்க. நடக்கும்' என்றாள். அவள் முகம் சற்று கனிந்து இளகியது போலிருந்தது. பிறகு அதே நிமிர்வுடன் முத்துக்குமார் பக்கம் திரும்பி 'என்ன நடந்தாலும், அந்த ஒரு சந்தேக உறுத்தல் மட்டும் எல்லார் மனசிலும் இருக்கும்டா. எங்க அப்பால்லேந்து, அம்மால்லேந்து, அந்த புரோக்கர், அவங்க வீட்டுக்காரங்கன்னு.... எல்லார் மனசிலயும் அது முள்ளா குத்திட்டிருக்கும்..' என்றாள்.

முத்துக்குமார் ஒன்றும் பேசவில்லை.

‘இல்லியா.... நீ சொல்லு... ம்ம்ம்’ எனக் கேட்டாள்.

முத்துக்குமார் நிமிர்ந்து அவளைப் பார்த்தான். என்னென்னவோ சொல்ல வேண்டும் என்றுதான் இருந்தது. ஆனால் எதைச் சொல்வதென்றுதான் தெரியவில்லை.

பிறகு, முத்துக்குமாரின் கழுத்தைச் சுற்றி இழுத்து, அவன் தலையோடு தலையை சேர்த்துக் கொண்டாள், ‘உன்கிட்டயாவது, அந்த உறுத்தல் இல்லாம இருக்கட்டும். என்ன....’ என்றாள். கண்களில் மெல்லிய நீர்த்திரையிட வீதி விளக்கொளியில் அவள் முகம் பளபளத்தது. அவனையே சில நொடிகள் பார்த்துவிட்டு,

‘போய்த் தூங்கு. அப்புறம் படிக்கலாம்’ என்று விட்டு கிளம்பிப் போனாள். அவள் போனபிறகும், கட்டவிழ்ந்து கிடந்த நறுமனப் பிரிகளில் அவள் நிழல் நீண்டு கிடந்தது.

அந்த ட்ரான்ஸ்போர்ட்காரர் சம்பந்தம் கைகூடவில்லை. அப்புறமும் இரண்டு மூன்று வந்து தட்டிப் போனது. கடைசியாக, முனைவூரிலிருந்து ஒரு சம்ப்ந்தம் வந்தபோது முத்துகுமார் காலேஜ் சேர்ந்துவிட்டான். கல்யாணத்திற்கு போக முடியவில்லை. அப்படியே அக்காவுடனான தொடர்ப்பு முற்றிலுமாக விட்டுப் போனது. அன்று அவள் நீர்த்திரையிட்ட கண்களோடு கேட்ட கேள்விக்கு பின்னர் ஒருநாள் முத்துகுமாருக்கு பதில் தோன்றியது.

‘அந்த வெண்தாமரையிதழில் டைமண்ட் பதித்த மோதிரம் எனக்கும் பிடிச்சிருந்ததுக்கா’

பிரார்த்தனை

'மாதவ்' எனக் குரலைக் கேட்டதும் நான் அடையாளம் கண்டுகொண்டேன். அசோக்தான் அது. போட்டோவில் பார்த்ததற்கு இப்போது மீசை சற்று பெரியதாக இருந்தது என நினைத்துக் கொண்டேன்.

'இந்தப் பக்கம் மண்டபத்துலதான் ஃபங்ஷன். இன்னிக்கு ரோகிணி நட்சத்திரம். கோவில்ல விசேஷம். முகூர்த்த நாள் வேற. அதான் கூட்டம் அம்முது. பெயர் வைக்கிற ஃபங்ஷனுக்கே நாலஞ்சு குரூப்பு வந்திருக்காங்க. ஆண்ட்டி, இப்படி பாத்து வாங்க' என்றவாறு அம்மாவின் கையைப் பிடித்து வழிநடத்திக் கூட்டிக் கொண்டு போனார்.

அசோக் சொன்னது போல கூட்டம் தளும்பிக் கொண்டுதான் இருந்தது. ஏகப்பட்ட பெண்கள். தலையை சாய்த்துக் குழந்தையைக் கொஞ்சிக் கொண்டிருந்த பெண், உதடுகளை விரித்து பெரிய பற்களைக் காட்டி சிரித்துக் கொண்டிருந்த அம்மாள், பட்டுபுடவையில் பரபரவென ஓடிக் கொண்டிருந்த பாட்டி, என எல்லோரும் உணர்ச்சி பிரவாகமாக தளும்பி சிரித்துக் கொண்டிருந்தார்கள். அத்தனை அன்னைகள். தாய்மையின் வடிவில் பெண்கள் அடையும் மகிழ்ச்சிக்கு எல்லையேயில்லை.

நான் அந்தக் கூட்டத்தில் தனுஜாவைத் தேடினேன். தனுஜா.. தனு.. தனு...

எனக்கு முன்னால் அம்மா தனுவை கண்டுபிடித்து விட்டாள். அடர்நீலப் பட்டுப்புடவையும், தங்க அட்டிகையுமாக தனு சோபையுடன் இருந்தாள். நிறம் சற்று மெருகேறி, தலைமுடி கூட கழுத்துவரை வளர்ந்திருந்தது. என்னைப் பார்த்ததும் அடையாளம் கண்டுகொண்டவளாக, கையில் அழுதுபுரண்டு நெளிந்து கொண்டிருந்த குழந்தையை பக்கத்தில் இருந்த பெண்ணிடம் கொடுத்துவிட்டு எழ முயன்றாள்.

கருப்பு மை பொட்டு வைத்த, சின்ன சொப்பு போன்ற வாயோடு இருந்த குழந்தையைப் பார்த்ததும் எங்களுக்கு

அவ்வளவு மகிழ்ச்சியாக இருந்தது. அம்மா, குழந்தையின் கன்னத்தை தொட்டு முத்திவிட்டு, தனுவின் கையைப் பிடித்து தடவினாள்.

"நீதாண்டி பொண்ணே. உன்னோட வைராக்யம்தாண்டி, அப்படியே கிருஷ்ண விக்கிரகம் போலவே பொறந்திருக்குப் பாரு. நாந்தான் சொன்னேனே. நம்பிக்கை வைக்கனும்னு பொண்ணே' என்றாள். சொல்லி முடிக்கும்போது குரல் தழுதழுத்திருந்தது.

'எல்லாம் அவன் கருணை' என்று அம்மாவிடம், பக்கவாட்டில் இருந்த நவநீதகிருஷ்ணன் சந்நிதியைக் காட்டிய அசோக் என்னை இழுத்துக் கட்டிக் கொண்டார்.

'போட்டோவ விட நேர்ல யங்கா இருக்கீங்க அசோக்.' என்றேன் சிரித்துக் கொண்டே.

நான் முடிக்குமுன்னர் கைகளை இறுகப் பிடித்துக் கொண்டார்.

'எங்க கனவெல்லாம் நனவாக்கினது நீங்கதானே. எல்லாம் அம்மாவோட ஆசீர்வாதம்' என்றார்

கடந்த நான்கு வருடங்களாக புகைப்படங்களில்தான் பெரும்பாலும் தனுவைப் பார்த்திருந்தேன். அதுவும் முதலில் அசோக் அனுப்பிய கடிதத்தோடு அவர் இணைத்திருந்த படத்தில்தான் அவளைப் பார்த்தேன். மறக்க முடியாத படம் அது.

'அன்புள்ள மாதவ் மங்கர்,' என்று தொடங்கிய கடிதத்தில் அசோக் இப்படி எழுதியிருந்தார்.

"என் பெயர் அசோக். மதுரை கலெக்டர் அலுவலகத்தில் சூப்பரிடெண்டெண்டாக பணிபுரிகிறேன். அறிமுகமில்லாது உங்களுக்கு மடலிடுவதற்கு மன்னிக்கவும். என் மனைவி தனுஜாவிற்கு உங்கள் அறிமுகம் நன்றாகவே உண்டு. இத்துடன் இணைத்திருக்கும் க்ரீட்டிங்க்ஸ் கார்டை அவள் பலமுறை என்னிடம் காட்டியிருக்கிறாள். மூன்றாம் வகுப்பு படிக்கும்போது அவளுக்கு நீங்கள் அனுப்பிய புத்தாண்டு வாழ்த்தட்டை. தனு இதுநாள்வரை தன்னுடைய எல்லா நண்பர்களிடமிருந்து வந்த கடிதங்கள், வாழ்த்துகள் எல்லாவற்றையும் கவனமாக சேகரித்து வைத்திருக்கிறாள்..."

நீளமாக பத்து பக்கங்களுக்கும் மேலிருந்தது கடிதம். மூன்றாம் வகுப்பு பள்ளி நண்பர்களிலிருந்து, ஃபாத்திமா கல்லூரியில்

பிகாம் படித்தது வரை அத்தனை நண்பர்களைப் பற்றியும் வெகு விரிவாக எழுதியிருந்தார். வேணுகோபால், சூர்யகலா, மூக்குத்தி ப்ரியா, வைரவன், ராக்கி, ஜோயல் என்ற தனுவின் நீண்ட பட்டியலில் ஒவ்வொருவர் பற்றியும் சொல்வதற்கென அவ்வளவு விஷயங்களை வரிசைப்படுத்தியிருந்தார். அத்தனையும் தனுவின் நினைவிலிருந்து அசோக் பெற்றது.

இறுதிப்பகுதியில்,

“ஆனால், சமீபகாலமாக அவள் நினைவில் பல தடுமாற்றங்கள் குழப்பங்கள் அதிகம் ஏற்படுகின்றன. அவள் ஆத்மார்த்தமாக நினைக்கும் நினைவுகள், அனுபவங்கள் எல்லாம் அவளை விட்டு விலகி விலகிப் போய்க்கொண்டிருக்கிறதோ என்று எனக்கு பதைப்பாக இருக்கிறது. எதுவுமற்ற சூன்யத்தில் அவள் ஆழ்ந்துபோய்விடும் ஆபத்து தெரிகிறது. இக்கொடுமையிலிருந்து அவளை மீட்டெடுக்கத்தான் நான் அவளுடைய எல்லா நண்பர்களையும் தேடிப் பிடித்து கடிதம் எழுதிக் கொண்டிருக்கிறேன். நவநீத கிருஷ்ணன் கோவிலில் உங்கள் குடும்பகட்டளை நடக்கவிருப்பதாக அறிவிப்பு போட்டிருந்தார்கள். தனுதான் ‘மங்கர் குடும்பம்’ என்று பெயர் பார்த்து உங்கள் புனே விலாசத்தை கோரிப் பெற்றாள்”.

முடிவில் அவளுக்காக நண்பர்கள் எல்லாம் பிரார்த்திக்கும்படி விண்ணப்பித்து, கூடவே பச்சை ஸ்கெட்ச் பேனாவால் ‘ஹேப்பி பொங்கல்’ என்று எழுதி கீழே ‘மாதவ்’ என கையெழுத்திட்டிருந்த இருபது ஆண்டுகால மக்கிய நெடியுடனான க்ரீட்டிங்க கார்டு இருந்தது. அந்த வாழ்த்தட்டையை பார்த்தபோது எங்களால் நம்பவே முடியவில்லை. அதனுடன் கூடவே அசோக் சில புகைப்படங்களும் அனுப்பியிருந்தார்.

இரட்டைப் பின்னலோடு ‘பம்’மென முகத்தோடு பினோஃபார்ம் அணிந்திருந்த சிறுமி. பாட்மிண்டன் மட்டையை பிடித்துக் கொண்டு போஸ் கொடுக்கும் விளையாட்டுப் பெண். பூதைத்த பின்னலுடன் பட்டு தாவணியில். ஸ்டூடியோ வெளிச்சத்தில் கோட் அணிந்திருந்த முன்வழுக்கைகாரரோடு, பட்டுப்புடவையில். வைகை டாம் செயற்கை நீரூற்றுகள் முன்னே புன்னகைத்தபடி. கொடைக்கானல் பனிப்புகையிடையே ஸ்வட்டர் அணிந்த இளம்பெண் என வரிசையாக இருந்த புகைப்படங்களில் கடைசியாக மொட்டைத்தலையோடு ‘பளீர்’ என சிரித்துக் கொண்டு தனு.

அந்த கடைசிப் படம் எங்களை பதறிப் போக வைத்து விட்டது. உடனே அசோக்கை தொடர்பு கொண்ட போதுதான் தெரிந்தது, தனுஜா மார்பக புற்றுநோயை எதிர்த்து போராடிக் கொண்டிருக்கிறாள் என்று.

ஒரு லும்பெக்டோமி முடித்து மூன்று சுற்றுகள் கீமோதெரபி போய் வந்திருக்கிறாள். லும்பெக்டோமி என்பது புற்றுநோய் பாதிக்கப்பட்ட மார்கபகத்தில் ஒருபகுதியை அறுவைசிகிச்சை மூலமாக அகற்றிவிடுவது. அதுவும் தனுஜாவிற்கு வந்திருப்பது ட்ரிபிள் நெகட்டிவ் மார்பக புற்றுநோய் என்றார்கள். கொடூரத்தில்தான் எத்தனை வகை. மூன்றுபங்கு முற்றிய கொடுமை.

'ஹேய், ' என்ற தனுவின் உற்சாகமான குரலில்தான் எங்கள் முதல் உரையாடலே தொடங்கியது.

'எனக்கு நினைவு தெரிஞ்சு உன் கிரீட்டிங்க்ஸ்தாண்டா ஃபர்ஸ்ட் என் பெயருக்கு வந்ததுன்னு நினைக்கிறேன். தேர்டு ஸ்டேண்டர்ட் பொங்கல் டைம்னு நினைக்கிறேன். அப்புறம் நிறைய கார்டு, கிஃப்ட் வந்தாலும் உன்னோடதுதான் ஸ்பெஷல். காலேஜ் படிக்கும்போதுதான் எல்லாத்தையும் கலெக்ஷனா சேர்க்க ஆரம்பிச்சேன். அப்பதான் உன்னப் பத்தி எல்லாம் நினைவுக்கு வந்தது. இன்னும் ஊறுகாய்ல வெறும் சோத்தை பிசைஞ்சு உறைக்க உறைக்க சாப்பிடறயாடா" என்று அவள் ஆரவாரமாக பேசிக் கொண்டிருந்தாள்.

வரலாற்று புத்தகத்தை புரட்டுவது போல் பக்கம் பக்கமாக அவள் நினைவுகள் பொங்கி எங்களை நிறைத்துக் கொண்டே இருந்தது. பள்ளிக்கூடத்து வாசலில் ஐஸ் விற்கும் பென்னி, ஹெலன் டீச்சரின் பன் கொண்ட, முசுட்டு லைப்ரரியனின் பன் கொண்டை.

'எவ்வளவு விஷயமும் நினைவுல வச்சிருக்கா பார். இதெல்லாம் ஒரு கொடுப்பினைதாண்டா' என்று தனு பேசுவதை எல்லாம் ஒன்றுவிடாமல் கேட்டுக் கொண்டிருந்தாள் அம்மா. வெகுகாலம் கழித்து அம்மாவின் முகத்தில் அவ்வளவு பெரிய புன்னகை. தினமும் ஒரு பழங்கதை என தனு எங்கள் வாழ்வில் ஒரு பகுதியானாள்.

தனுவின் உலகம் அப்பொழுது பழைய நினைவுகளால் மட்டும் நிறைந்திருந்தது. வெளி வாசலில் போவதை முற்றிலும் துறந்து

வீடு, ஆஸ்பத்திரி, போன், கீமோ என்று அவளுடைய சூழல் சுருங்கிவிட்டிருந்தது.

'ஆமாம்டா, அதே வீடு, அதே கிச்சன், அதே ஊரு, அதே அசோக், இருந்தாலும் இப்ப எனக்கு நிறய விஷயம் புதுசு புதுசா தெரியுது. நேத்து பூரா எல்லா ஃபோட்டோ ஆல்பத்தையும் முழுசா பாத்தேன். எத்தன பேர் கண்டுபிடிச்சேன் தெரியுமா இவங்கள எல்லாம் பாத்து பேசறதுக்கு தனி ஆயுசு வேணும்டா. நேத்து புவனின்னு பழைய காலேஜ் மேட். அவளோட பையன் போட்டோ அனுப்பியிருந்தா. எவ்ளோ க்யூட் தெரியுமா அது. இரு உனக்கு ஃபார்வேர்ட் பண்றேன்'

அடுத்த முறை போனில் பேசும்போது மீண்டும் அதே புவனி, அதே குழந்தையின் படம் பற்றி பேசிக் கொண்டிருப்பாள். தொடர் கீமோவால் ஏற்படும் நினைவுக் குழப்பங்கள். நாக்குழறல்கள். மயக்க உளறல்கள் என. ஆனால் எத்தனைமுறை ஆனாலும் அதைக் கேட்க நாங்கள் தயாராக இருந்தோம்.

"சுத்தமாக நினைப்பேயில்லாமல் வெந்நீர் ஷவரில் நின்னுக்கிட்டே இருந்தாப்பா" என்று அசோக் ஒருமுறை சொன்னார்.

'நல்லவேளை. பத்து நிமிசத்துல கண்டுபிடிச்சு கூட்டி வந்திட்டேன். நெருப்பு காயமெதுவும் ஆகல. ஒரு கைக்கொழந்த கணக்காத்தான் பாத்துக்க வேண்டியிருக்கு மாதவ். நைட்டெல்லாம் தூங்கவே மாட்டேங்கிறா. ஆப்பரேஷன் ஆன மாரை மாரை தொட்டுப் பாத்துகிட்டு... எவ்ளோ வேதனை பாருங்க' அவர் குரல் கம்மிவிட்டது.

அம்மா அவருக்கு ஆறுதலாக,

'பாருங்க. இந்த டிப்ரெஷன்லேந்து வெளில வர்றது எளிசில்ல. தொடர்ந்து நாமதான் அவகிட்ட பேசிக்கிட்டே இருக்கனும். அன்பு செலுத்திட்டே இருக்கனும். அதுதான், இருண்ட குகைக்குள்ள கிடைக்கிற வெளிச்சக் கீற்று மாதிரி. அதுதான் அவளை அங்கிருந்து வெளில வர்றதுக்கான நம்பிக்கைய கொடுக்கும். மனசை விட்டுடவேப் படாது' என்றாள்.

தொடர் கீமோ பாதிப்பால், கருமுட்டைகளை அகற்றிவிடுவது பற்றி மருத்துவர்கள் அறிவுறுத்தியபோது தனுவும் அசோக்கும் முற்றிலும் உடைந்து போனார்கள்.

'இது என்னடா பாவம் செஞ்சது? நாந்தான் ஏழு ஜென்ம பாவத்துக்கும் இப்படி கீமோ சோமோன்னு வெந்து போறேன்.

இதையும் சேத்து என்னோட சுழல்ல அழுத்தி சாகடிச்சிருவேன் போலிருக்கே. ஏதாச்சும் சினிமா படத்துல வர்ற மாதிரி ஒரே நைட்ல 'ட்க்'னு ப்ரெக்னென்ட்டா ஆயி குழந்தை பெத்து இது கைலக் கொடுத்திட்டு அப்புறமா செத்து போயிடறேண்டா. புள்ளைங்கன்னா அவ்ளோ இஷ்டம்ப்பா இதுக்கு' என்றாள்.

'நடக்கும்டி பெண்ணே. நம்பிக்கை வைச்சா எல்லாம் நடக்கும். நாஞ்சொல்றேன் கேளு' என்றாள் அம்மா. அவளுடைய வழமையான பல்லவிதான் என்றாலும் அந்நேரத்தில் அது தனுவிற்கு அவ்வளவு நம்பிக்கைக் கொடுத்தது.

'எப்பப் பாத்தாலும் இரத்தமா எடுத்து டெஸ்ட் பண்ணிட்டே இருக்காங்க ஆன்ட்டி. நாளக்கி குழந்த பிறந்தா பால் கொடுக்க ரத்தமே இருக்காது பாத்துக்கோங்க' என்றாள்.

அவள் நான்கு வயதில் பார்த்த அணில்பிள்ளையிலிருந்து, பக்கத்து மளிகைக் கடையில் பார்த்த ரோஜாப் பொதி போன்ற குழந்தைவரை விதவிதமாக பேசி தீர்த்தாள். 'எங்க அத்தாச்சி கை இம்மாம் பெருசா இருக்கும். அப்படியே ஒத்தக்கையில கைக்குழந்தையை தூக்கிருவாங்க. வூட்ல இருக்கற அத்தன குழந்தையையும் அந்த ஒரே கைலதான் தூக்கியிருக்கு. அதும் மனசு அப்படிடா. எனக்குந்தான் ரெண்டு கை வெட்டிக்குன்னு படைச்சிருக்கான் பாரு'

அம்மாவின் அன்றாட பிரார்த்தனைகள், கோவில் விஜயங்கள் எல்லாம் தனுவின் பொருட்டு இரட்டிப்பானது. நான்கு நெடிய, நம்பிக்கையற்ற வறண்ட ஆண்டுகள் கழித்து, அந்த பொன்னாளில் தனுவின் போன் வந்தது.

'அசோக் ஃபோன் எடுக்கவே மாட்டேங்குது. யார்கிட்டயாவது உடனே சொல்லிடனும்னு பரபரன்னு இருந்தது. அதான் உன்னைக் கூப்பிட்டேன். யூரின் டெஸ்ட்ல பாசிடிவ்டா. இப்பத்தான் பாத்தேன்' என்று உலகையே வென்ற மகிழ்ச்சியுடன் சொன்னாள்.

எனக்கு கண்கள் நிறைந்து தளும்பியது. கூடவே இதென்ன சர்க்கஸ் மேடையா. புற்றுநோய் மீண்டும் வரக்கூடும், கருவைத் தாக்கக்கூடும் என்ற அபாயங்களை எல்லாம் தாண்டி இப்படி ரிஸ்க் எடுக்கிறாளே என்று கோபமாகவும் இருந்தது. அசோக்கிடம் தனியே கொட்டித் தீர்த்தேன்.

'ஏன் அசோக் அவசரப்பட்டீங்க? அஞ்சு வருசமாச்சும் ஆக வேணாமா? எவ்ளோ காம்ப்ளிகேஷன்ஸ்னு உங்களுக்கு தெரியாத'

‘இத்தன வருசமும் இந்த குழந்தை நினப்புலதான் அவ உலகமே சுத்திட்டிருந்தது மாதவ். நான் என்ன செய்யட்டும்’ என்றார்.

குழந்தை பிறந்த இரண்டு மணிநேரத்தில் ஃபோன் செய்துவிட்டாள். ‘நல்லா வாள் வாள்ன்னு கத்த விட்டாங்க பாவம். இப்பதான் அசந்து தூங்குது. எனக்கு நானே பிரசவமாகி வெளில வந்தமாதிரி இருக்குடா. அதும் எம்புட்டு வேதனைப் பட்டுச்சோ... ரொம்ப க்யூட்டா இவனுக்கு டிம்பிள் எல்லாம் விழுது பாரேன். எங்கம்மா இருந்தா எங்க ஃபேமிலில யார்யாருக்கு கன்னத்துல குழி விழும்னு பெரிய லிஸ்ட்டே போட்டிருப்பாங்க. நீயும் ஆண்ட்டியும் உடனே புறப்பட்டு வர்றீங்க’ என்றாள்.

‘மாங்கா மாமா வந்திட்டான் பாரு’ என்று குரல் கேட்டு நிமிர்ந்து பார்த்தால், வாயில் பேசிஃபையரை சப்பியபடி புஷ்பக்கொத்து என குழந்தையைக் காட்டி சொல்லிக் கொண்டிருந்தாள். அம்மா. இன்னமும் தனுஜாவின் கையைப் பிடித்து அணைத்துக் கொண்டிருந்தாள்.

தாய்மையின் முழுமையோடு தனு அந்தக் குழந்தையை தோளில் சாய்த்துக் கொண்டிருப்பதைப் பார்க்க அவ்வளவு நிறைவாக இருந்தது.

“இத்தன வலியும் வேதனையும் தாண்டி குழந்தைக்கு தவமிருந்த பாரு. அதுதாண்டி பொண்ணே வைராக்யம். பிரார்த்தனைன்னா ரெண்டு மூணு நிமிஷ வேண்டுதலும் தோத்திரமும் மட்டுமா என்ன. நாம வேண்டறது கிடைக்கிற வரை நிலைச்சு நிக்கிறதுதான்.” என்றாள் அம்மா.

மளமளவென பூஜை சடங்குகள் நடக்க ஆரம்பித்தன. மகிழ்ச்சியின் மினுமினுப்போடு இருந்த தனுஜாவைப் பார்த்தபடி, அம்மாவும் நானும் ஓரமாக அமர்ந்திருந்தோம். அம்மா கண்களில் துளிர்த்த கண்ணீரை அடக்கியபடி.

‘இனி மாதவ் பத்தின கதைகளை விட இந்த குட்டிப் பயலப் பத்திதான் தனு அதிகம் பேசிட்டிருப்பா. அதத்தான் நாம கேக்கனும்’ என்றாள். வழமையாக இது போன்ற சந்தர்ப்பங்களில், அவள் குரலில் வெளிப்படும் நினைவுகளை துறக்க முடியாத தவிப்பை விட, இப்பொழுது சந்தோஷம்தான் அதிகம் நிறைந்திருந்தது.

‘இருபது வருஷம் கழிச்சு அவன் கையெழுத்து கிடைச்சது. இப்படியொரு மறுபிறப்புக்குத்தான் போல’ என்றேன்.

மலர்ந்த புன்னகையோடு அம்மா என்னை திரும்பிப் பார்த்தாள். தாய்மைக்குத்தான் எத்தனை முகங்கள். பிரார்த்தனைகள் தொடர்ந்து பலன்களை கொடுத்துக் கொண்டேயிருக்கின்றன.

ஏபிஎன் பெட்டிக்கடை சம்பவம்

எப்போதும் வழக்கமாக சாப்பிடும் ஓட்டலில் சாப்பிட்டுவிட்டு, அந்த பெட்டிக்கடைக்கு வந்து அரை பாக்கெட் சிகரெட் வாங்கி, ஒன்றை பற்ற வைந்து புகைத்தவாறே, கயிற்றுக் கொடியில் தொங்கவிட்டிருந்த புத்தகங்களை நோட்டம் விட்டுக் கொண்டிருந்தான் வைரவன். அந்த காலகட்டத்தில்தான் பிரபல அரசியல் பிரமுகர் ஒருவர் வார இதழ் தொடங்கி நடத்திக் கொண்டிருந்தார். அந்த வாரத்திய இதழ் அப்போதுதான் வெளிவந்திருந்தது. அதில் தஞ்சையை முன்வைத்து அருமையானதொரு தொடர்கதை வந்து கொண்டிருந்தது. ஆர்வத்துடன் அதைக் கையில் எடுத்து புரட்டிக் கொண்டிருந்தபோதுதான், கடைக்குள்ளிருந்து அந்த சத்தம் கேட்டது.

சற்றுமுன் சிகரெட்டுக்கு காசு வாங்கிக் கொண்டு மீதி சில்லறை கொடுத்த பையன்தான் சத்தமாக திட்டிக் கொண்டிருந்தான். யாரைத் திட்டுகிறான் என்று பின்புறம் திரும்பிப் பார்த்தால் இரண்டு பெண்கள்தான் மரத்தை சுற்றி கட்டியிருந்த கயிற்றிலிருந்த மாலை நாளிதழ் போஸ்டர்களை கண்களால் மேய்ந்து கொண்டிருந்தனர். பக்கத்தில் எஸ்டிடி பூத்துக்கு வந்திருப்பார்கள் போலிருக்கிறது. அவன் அவர்களை திட்டியிருக்க வாய்ப்பில்லை என வைரவன் உணர்ந்தான். சுற்றுமுற்றும் பார்த்தால் வேறு எவரும் அருகில் இல்லை. மீண்டும் கடைக்குள் திரும்பிப் பார்த்தான். அந்த கடைப்பையன் இன்னமும் உக்கிரமாக திட்டிக் கொண்டிருந்தான். அத்தனை கெட்ட வார்த்தைகளுக்கும் நடுவே ‘காசு கொடுக்காம புத்தகத்த தூக்கிட்டுப் போற’ என்பது அர்த்தமாக சில நொடிகள் பிடித்தது வைரவனுக்கு.

‘ஏய், யாரப்பா திட்டற? புத்தகத்த புரட்டிப் பாத்திட்டுதானே இருக்கோம். வாங்கிட்டுத்தான் புரட்டிப் பாக்கனும்னா சொல்லு. வாங்கிட்டுப் போறேன்’, கையில் இருந்த ஹெல்மெட்டை கக்கத்தில் இடுக்கிக் கொண்டே மீண்டும் பர்ஸை எடுக்க

கால்சட்டைப் பையில் கையை விட்டான். அதற்குள் வைரவனுக்கு உள்ளங்கை வியர்க்க ஆரம்பித்துவிட்டது. இப்படியொரு அதிரடியான தாக்குதலுக்கு எப்போதும் ஆளானதில்லை.

'தெரியாதாய்யா உன்ன... இப்படி தெனம் வந்து தம்மப் போட்டு ஓசியில புத்தகத்த சுருட்டினு போறவந்தான நீயு. என்னமோ யோக்கியனாட்டம் சவுண்டு விடற', பேசிக்கொண்டே அந்த கடைப்பையன் குனிந்து, கடைக்கு முன்னிருந்த பலகையின் கீழேயிருந்த கதவைத் திறந்து கொண்டு வெளியில் வந்தான்.

அந்த பெட்டிக்கடைக்கு என்று தனிப்பெயர் எல்லாம் கிடையாது. பக்கத்தில் இருந்த எஸ்டிடி பூத்தோடு சேர்ந்து இருந்ததால், அந்த பூத் உரிமையாளர் ஏபிஎன் பெயரிலேயே அந்தப் பெட்டிக்கடையையும் அடையாளப்படுத்திக் கொண்டிருந்தார்கள். டு ஜிக்களும், த்ரி ஜிக்களும் வழக்கில் இல்லாத காலகட்டத்தில் எஸ்டிடி பூத்களுக்கு என்று பெரும் சந்தை இருந்த காலகட்டம். பெரிய இடமாக வாடகைக்கு எடுத்து நான்கு பிசிஓ லைன்களும், எஸ்டிடி, ஐஎஸ்டி லைன்களுமாக ஒரு பூத்தும், ஜெராக்ஸ், லேமினேஷன், டிடிபி வேலைகள் என்று ஒரு பகுதியிலும், பாஸ்போர்ட், ஈசிஎன்ஆர், பான் கார்டு மற்றும் இன்னபிற அரசாங்க வேலைகளை துரித கதியில் செய்து கொடுக்கும் சேவைகள் என ஏபிஎன் அண்ணாச்சி அந்தக் கடையை நடத்திக் கொண்டிருந்தார். வெளியில் இருந்த பெட்டிக்கடை உட்பட எல்லா இடங்களிலும் அவருடைய சொந்த ஊரான நாங்குநேரி பக்கமிருந்து பத்திக் கொண்டு வந்த பையன்களை வரிசையாக வேலையில் போட்டிருந்தார். எந்தப் பையன் எந்த நேரத்தில் எந்தக் கடையில் இருப்பான் என யாருக்கும் தெரியாது. எல்லோரும் கிட்டத்தட்ட ஒரே மாதிரியாக 'அப்படிக் கூடி வாரன். நீ எங்கட நிக்கெ. அது போவட்டு மூதி' என ராகம் இழுத்து நெல்லை தமிழில் பேசிக் கொண்டிருப்பார்கள்.

திட்டும்போதும் அதே ராகம்தான். இப்படி ஒரு வெளிப்படையான ஏச்சுப்பேச்சை என்றைக்கும் எதிர் கொண்டதில்லை என்பதால் நிலைகுலைந்து போய்விட்டான் வைரவன். உள்ளிருந்த அவன் வெளியேறி வெறும் உடல் என நின்று கொண்டிருந்தான். வாய் மட்டும் ஏதோ தொடர்பில்லாமல் உளறிக் கொண்டிருந்தது.

'ஆளப் பாத்து பேசுப்பா. தெனம் இந்த வழியாத்தான் போறேன். வர்றேன். சிகரெட்டு வாங்கறேன். புக்கு வாங்கறேன்.

நீ பாட்டுக்கு காசு கொடுக்கலன்னு அடிச்சு விடறியே' என்றபடி திரும்பிப் பார்த்தான். மாலை பேப்பர்களின் தலைப்பு செய்திகளுடனான போஸ்டர்களை தொங்கவிட்ட கயிறு சுற்றிய அரச மரத்தின் பக்கமிருந்து அவனையேப் பார்த்துக் கொண்டிருந்த இரண்டு பெண்களும் சட்டென தங்கள் பார்வையை விலக்கிக் கொண்டனர். பின்னங்கழுத்தெல்லாம் வியர்த்து வழிய பூத்துக்குள் எதுவும் தெரிந்த முகங்கள் இருக்கின்றனவா எனப் பார்த்தான். அந்தப் பெண்கள் இப்பொழுது தங்களுக்குள் ஏதோ பேசிக்கொண்டே நடக்க ஆரம்பித்தார்கள். மீண்டும் திரும்பி அவர்கள் பார்வையை சந்திக்கும் திராணியில்லை வைரவனுக்கு.

கடையிலிருந்து வெளியே வந்த பையன் இன்னமும் மூர்க்கமாக 'இருடே, உன்ன என்ன செய்யறன் பார் இன்னிக்கு' என்று கத்தியபடி பூத் இருந்த பெரிய கடைக்குள் விடுவிடுவெனப் போனான்.

இந்த மாதிரியான நிலையில் என்ன செய்வது என்று வைரவனுக்கு பிடிபடவில்லை. பையன் ஏதோ சந்தேகத்தில் கேட்கிறான் என்றால் ஏதாவது விளக்கம் சொல்லிப் புரிய வைக்கலாம். எடுத்தவுடன் புத்தகம் திருடினான் என்று முழுசாக நம்பிக்கொண்டு வையத்தொடங்கி விட்டான். அதுவும் கேட்பவரெல்லாம் நம்பும்படியாக அப்படியொரு ஆணித்தரமான வசவு. எவ்வளவுதான் சமாதானம் சொன்னாலும் பார்க்கிறவர்கள் என்ன நினைப்பார்கள்? நெற்றி, உச்சந்தலை என எல்லாம் வியர்க்கத் தொடங்கிவிட்டது வைரவனுக்கு. இந்த இக்கட்டான நிலையிலிருந்து கௌரவமாக எப்படி வெளியேறுவது?

சிறுவயதில் ஒருமுறை பஸ்ஸில் டிக்கெட் எடுக்கவில்லை என்று கண்டக்டர் ஒருத்தர் இப்படித்தான் வைரவனைப் போட்டு திட்டிக் குவித்தார். இத்தனைக்கும் ஐம்பது காசோ, எழுபத்தைந்து காசோதான் அந்த டிக்கெட்..

கடைக்குள்ளிருந்து ஒரு வயதானவர் வேட்டியை மடித்து கட்டிக் கொண்டு வெளியே வர, கூடவே இன்னும் இரண்டு மூன்று பையன்களும் வந்தனர். திட்டிக் கொண்டிருந்த பையன் வைரவனை நோக்கி கையைக் காட்டி, 'இதோ, இவனத்தான் சொன்னேன். ஆள் அசந்திருக்கிறப்ப, புக்கை தூக்கிட்டு போயிர்றான். ரொம்ப நாளா ஓடிட்டிருக்கு இந்த விசயம்' என்றான்.

வேட்டி கட்டியிருந்தவர் கொஞ்சம் நிதானமாக இருந்தார்.

வைரவனுடைய நாகரிகமான தோற்றம், பையனின் குற்றச்சாட்டை அவரை நம்பவிடாமல் செய்துவிட்டது. அப்புறமும் இப்புறமும் பார்த்தார். திட்டுகிற பையன் கூட இருந்த மற்ற பையன்களை ஒருதரம் ஏற இறங்கப் பார்த்தார். யாரும் எதுவும் சொல்லாமல், அதேசமயம் வைரவனையே முறைத்துப் பார்த்துக் கொண்டிருந்தார்கள். திட்டுகிற பையன் பழைய சம்பவங்கள் என்று ஏதேதோ அடுக்கிக் கொண்டே போனான். வைரவனுக்கு எதுவும் அர்த்தமாகாத நிலை ஆகிவிட்டிருந்தது. எப்போது யார் கையை தூக்கி அடிக்க வருவார்களோ என்று பார்த்துக் கொண்டிருந்தான். அடித்தாலும் திரும்பி அடிக்க முடியுமா என்பது சந்தேகம்தான். அடிதடி என்றாலும் இப்படியொரு விஷயத்திற்கா அடித்துக் கொள்ள வேண்டும். எதற்கும் ஒரு தராதரம் உண்டில்லையா.

வேட்டிக்காரரர் வைரவனைப் மையமாகப் பார்த்து, ‘புக்கு பாத்து எடுங்க சார். சட்டு புட்டுன்னு காணாமப் போயிடுது’ என்று ஏதோ சொன்னார். கூட இருந்த பையன்கள், பெட்டிக்கடை பையன் அளவுக்கு கோபமாக இல்லை என்றாலும், ஏதாவது சம்பவம் நிகழ்ந்து விடுமோ என்ற எச்சரிக்கையுடன், அடுத்து வைரவன் என்ன சொல்லப் போகிறான், அல்லது என்ன செய்யப் போகிறான் என்று பார்த்துக் கொண்டிருந்தனர்.

வைரவனைப் பார்த்ததும் வேட்டி மனிதர் ‘சாரை ஏண்டா சந்தேகப்படற. அவர் எவ்வளவு காலத்திற்கு நம்ம கஸ்டமர் தெரியுமா’ என்று ஏதாவது ஆதரவாக சொல்வார் என்று எதிர்பார்த்தான். அவருக்கு வைரவனை அடையாளம் ஆகவில்லை, அல்லது இந்த மாதிரி தருணத்தில் தெரிந்தவனாக காட்டிக் கொள்ள விருப்பமில்லை போல. பொத்தாம் பொதுவாக திட்டுகிறவனையும், வைரவனையும் ஒரே தளத்தில் வைத்து பேசியது அவனுக்கு மிகவும் ஏமாற்றமாக போய்விட்டது.

‘புக்கு புரட்டித்தாண்ணே பாத்திட்டிருக்கேன். எப்பவும் இங்க நிறுத்தி தம்மடிக்கிறது வழக்கம்தான்.’ அந்தப் பையனை காட்டி, ‘தம்பிக்கு நல்லாவே தெரியும். நிறய முறை இங்கிட்டு பாத்திருக்கேன். ஏதோ தப்பா நினச்சுகிட்டு கத்தறாப்ல’ சற்று மெள்ள தன்னை திரட்டிக் கொண்டு பேசினான். புத்தகத்தை கடை முன்பிருந்த பெஞ்சில் போட்டுவிட்டு, தளர்ந்த நடையுடன் ஹெல்மெட்டை எடுத்து தலையில் மாட்டிக் கொண்டு, வண்டியை நோக்கி நடக்க ஆரம்பித்தான். கடை ஆட்கள் யாரும் எதுவும்

சொல்லவில்லை. அப்படியும் திட்டின பையன் சமாதானமாகாமல், கோப முணுமுணுப்பாக திட்டிக் கொண்டிருந்தான்.

பைக்கில், வீட்டிற்கு திரும்பும்போது வைரவனுக்கு ஆற்றாமையாக இருந்தது. ஒருவேளை தான் இன்னமும் கோபமாக பேசியிருக்க வேண்டுமோ? மிஞ்சினால் கெஞ்சுவது, கெஞ்சினால் மிஞ்சுவது என்று மாறி மாறித்தானே சண்டையிடுவார்கள். அந்த வேட்டிக்காரர் சற்று சமாதானமாகத்தான் பேசினார். அதை சாக்காக வைத்துக் கொண்டு சட்டென பதிலுக்கு கொஞ்சம் எகிறியிருக்கலாம். அப்போதுதானே நியாயம் அவன் பக்கம் இருக்கிறது என்று பொருளாகும். இப்படி சமாதானமாகப் போய்விட்டதால் அவனைப் பற்றி தவறாகத்தானே நினைப்பார்கள். என்னவென்று நினைத்துக் கொண்டு அந்தப் பையன் என்னை திட்ட ஆரம்பித்தான் என்பதே முதலில் சரியாக புரிபடவில்லை. அப்புறம்தானே அவனோடு சமாதானப்படுத்தவோ, சண்டையிடுவதோ செய்ய முடியும்.

மறுநாளிலிருந்து ஆபிசுக்கு பக்கமிருந்த டீக்கடையில் சிகரெட் வாங்குவது என இடத்தை மாற்றிக் கொண்டான். பழைய கடை போல நிழலான இடமோ, தம்மடிக்கும்போது புத்தகங்களை புரட்டிப் பார்க்கும் வசதியோ இல்லை என்பது வருத்தமாகத்தான் இருந்தது. ஊருக்கு டெலிஃபோன் செய்யக்கூட ஏபிஎன் பூத் பக்கம் போகவில்லை. இவ்வளவு நாள்களில் அந்த கடைப் பையன்களும், வேட்டி மனிதரும், இப்படியொரு அவமானம் ஒன்று நிகழ்ந்ததை மறந்து விட்டிருக்கலாம். ஆனால் அவன் எப்படி மறப்பது? அவனை தெரிந்தவர்கள் யாருக்கும் இந்த சம்பவம் தெரியாததால், நல்லதாகப் போயிற்று. இல்லையென்றால் அந்த அவமானத்தையே கீறிக் கீறி நோண்டிக்கொண்டே இருப்பார்கள். வைரவனுக்கு பார்ப்பவரின் கண்களில் எல்லாம் ஏதோ முள் மறைந்து இருப்பது போலவே தோன்றியது.

அப்படியும் ஒருமுறை அறை நண்பனான ஷாஜி, ‘இப்போழ் நீ புஸ்தகங்கள் ஏதும் வீட்டிக்க கொண்டு வந்நில்லா. படிக்குக நிறுத்தியோ’ என்று கேட்டான்.

வைரவன், ‘புத்தக விலையெல்லாம் ஏகத்திற்கு ஏறிப்போய்விட்டது’ என்று சொல்லிவிட்டு ஷாஜியின் பார்வையைத் தவிர்த்தான்.

ஷாஜி விடவில்லை. ‘எப்போழ் முதல் நீ காசு பத்தி விஷமிக்கிண்டானு தொடங்ஙி... ஆ நாடாரிண்ட கட நம்முடயது

அல்லோ. எத்ர புத்தகங்ஙள் கேறியெடுத்து வந்நு...' என்று சொல்லி கண்சிமிட்டி சிரித்தான்,

வைரவன் 'போடா தெள்ளமாரி' என்று தொடங்கி, ஷாஜியை படு காட்டமாக திட்டி வைத்தான். பதிலுக்கு ஷாஜி கிண்டலாக சிரித்துவிட்டுப் போனாலும், அப்புறம் வைரவனிடம் ஏபிஎன் கடை பற்றி எதுவுக் கேட்டதில்லை.

சவரம் செய்த முகம்

தாத்தாவிற்கு நல்ல கருகருவென முடியிருக்கும். அந்த வயதிற்கு நரைமுடியைத் தேடித்தான் பிடிக்க வேண்டும். பக்கவாட்டிலும், பின்னாலும் ஒட்ட வெட்டியிருக்க, மேல் மண்டையில் வகிடு எடுத்து இரண்டு பக்கமும் தள்ளிவிட்டாற்ப் போல சற்றே சரிந்து அழகாக சிகை அலங்காரம் செய்திருப்பார். அவர் பாப்பாவை தூக்கிக் கொண்டு தெருவில் நடந்து போகும்போது தலையில் தேங்காய் எண்ணெய் வாசத்தோடு கலந்து ஒரு நறுமனம் பாப்பாவின் நாசியில் சுற்ற, கைகளைக் கட்டிக்கொண்டு உதட்டை 'ப்'என மூடிக்கொண்டு போவாள்.

தாத்தாவின் அடர்ந்த தலைமுடியை சீர்படுத்தும் பொறுப்பு ரொம்பக் காலமாகவே வேலுவிடம்தான் இருந்தது. முக்கால் கைகளை மறைக்கும் தொளதொள சட்டையும், பஞ்சு போல் வெளுத்த தலையும், ஒழுங்கில்லாத நரைத்த தாடியும் தடிமனான கண்ணாடிக்குப் பின்னால் சாம்பல் நிறக் கண்களுமாய் வாசக்கதவுக்கு அருகே இருக்கும் கதவில்லாத கம்பி ஜன்னலுக்கு வெளியே வந்து நிற்பார். தாத்தாவின் மனதறிந்தது போல் சரியான காலக்கட்டதில்தான் வருவார். 'பாப்பா, ஐயா இருக்காஹளா' என்று கேட்பார். தாத்தா கூடத்தில் டைரி எழுதிக் கொண்டோ, பின்கட்டில் பேசிக் கொண்டோ, உள் ரூமில் கடன் சிட்டைகளைச் சரி பார்த்துக் கொண்டோ, உள் திண்ணையில் தினமணி படித்துக் கொண்டோ இருப்பார். 'அமாவாசை கழிஞ்சு ஞாயித்துக் கிழமை வரச்சொல்லு' என்பார்.

வாரம் ஒரு முறை முகச் சவரம். மாதம் ஒரு முறை முடி வெட்டுதல் மற்றும் உடல் சவரம். அட்டவணை எல்லாம் போடாமல் அவர்களிருவருக்குமிடையே ஒரு ஒத்திசைவோடு கிரமப்படி நடந்து கொண்டிருந்தது. வேலு வெள்ளை நிற லுங்கியை தொடை வரை வழித்துவிட்டுக் கொண்டு குத்துக் காலிட்டு உட்கார்ந்துக் கொண்டு, சின்னதான ஒரு பெட்டியிலிருந்து தனது சவர உபகரணங்களை எடுத்து தயார் படுத்திக் கொண்டு

காத்திருப்பார். அந்த காலத்தில் பெரும்பாலும் ஆண்களின் உடைகள் வெண்மை நிறத்திலேயே இருந்தன. பூப்போட்ட சிங்கப்பூர் லுங்கிகள் பின்னர்தான் பிரபலம் ஆனது.

தாத்தாவிற்கும் வேலுவிற்கும் இடையே சம்பாஷனைகள் எப்பொழுதும் நடப்பதில்லை. தாத்தா வெள்ளை நிறத் துண்டு மட்டும் கட்டிக் கொண்டு சப்பனமிட்டு உட்கார்ந்து கொள்வார். ஒரு மக்கிப்போன பிரஷ்ஷினால் அந்த் சோப்புக் கட்டியை சுழற்றி சுழற்றி நுரையை அவர் முகத்தில் பூச சவரம் தொடங்கிவிடும். சின்ன வயதில் வேலுவின் முழு சம்ரக்ஷணையையும் பார்ப்பது பாப்பாவிற்கு ஒரு பொழுதுபோக்கு. எல்லாம் முடிந்தவுடன் தாத்தா எழுந்து குளிக்க உள்ளே சென்றுவிட, பணப் பட்டுவாடா செய்வது பாப்பாவின் வேலை. பாட்டி கொடுத்தாலும் சரி பாப்பா கொடுத்தாலும் சரி வேலு இரண்டு கைகளாலும் வாங்கிக் கொண்டு ஒரு கும்பிடு போட்டுவிட்டுத்தான் இறங்கிப் போவார். எப்பவாவது வாசத் திண்ணையில் தனது கருவிகளை கழுவி துடைத்துக் கொண்டிருக்கையில் ‘என்ன படிக்கிறே பாப்பா?’ என்று கேட்பார். ‘தேர்ட் ஸ்டாண்டர்டு’ என்று சொன்னால் தலையை அசைத்துக் கொண்டே போய்விடுவார். வேலுவிற்கு நல்ல பழுத்த வயது. சமயத்தில் நடுங்கிக் கொண்டிருக்கும் சவரக் கத்தியை எப்படி சரியான இடத்தில் வைக்கிறார் என்பதே அதிசயமாக இருக்கும்.

சிலசமயம் ‘பாட்டி இருக்காஹளா? எதுனா பழைய துணி இருக்கா?’ யாசகம் கேட்கும் சங்கடத்தை மறைக்கும் வகையில் ஒரு அசட்டு சிரிப்புடன் கேட்பார். பாட்டி எப்பொழுதுமே ஆற்றில் போட்டால் அளந்து போடு என்ற கறாரான கொள்கையுடன் இருப்பவர். ‘நவராத்திரி கழிஞ்சு பாக்கலாம்’ என்பார். அப்பொழுதுதான் சித்திரை வெய்யில் போடு போடென்று போட்டுக் கொண்டிருக்கும். பாப்பா கல்லூரியில் சேரும்வரை கிரமமாக வேலு வந்து போய்க் கொண்டிருந்தார். ஏதோ ஒரு நாள் அதிகாலையில் மொட்டை மாடிக்குப் படிக்கப் போகும்போது தட்டுமுட்டு சாமான் போட்டு வைத்திருக்கும் சேந்திக்கு அருகே தாத்தா கண்ணாடி வைத்து தானே சவரம் செய்து கொண்டிருந்ததை பார்த்தாள். வேலுக்கு வயதானபடியால் வரத்து குறைந்து போய்விட்டதாம்.

வேலுவிடம் தாத்தா எப்போதும் நேரடியாகப் பேசினது இல்லை. பாப்பா திருமணம் ஆகிப் போகிறவரை பெரும்பாலும்

அவள்தான் தாத்தாவிற்கு காரியதரிசி மாதிரி. சரியான கூட்டணிதான் இருவரும். தாத்தாவின் பேரப் பிள்ளைகளில் முதல் பேத்தி என்பதினால் பாப்பாவிற்கு எப்பொழுதும் ஸ்பெஷல் மரியாதை உண்டு. தாத்தா என்றுமே வெள்ளையில்தான் சட்டை போடுவார். அரைக்கை சட்டை என்றால் 'ஸ்லாக்', முழுக்கை என்றால் 'ஷர்ட்', என்று வகைப் படுத்தி வைத்திருப்பார். பித்தான்கள் பித்தளையில் தனியாக நூலில் கோர்க்கப்பட்டு சட்டையில் சேர்த்துக் கொள்கிற மாதிரி இருக்கும். நல்ல நெடிய மாநிற மேனியில் ஆங்காங்கே விபூதி அடையாளத்தோடு எப்பொழுதும் புத்துணர்ச்சியாக இருப்பார். எண்ணெய் வைத்து இழைத்துப் பின்னி விட்ட இரட்டை ஜடையும், சீட்டிப் பாவாடையும் சட்டையுமாக பாப்பாவைத் தூக்கிக் கொண்டே கோவிலுக்கு போவார். ஐந்து வயதுவரை இப்படி தூக்கிக் கொண்டேதான் போனார். பின்னர் அவர்கள் கூட்டணியில் மற்ற பேரப்பிள்ளைகள் சங்கரன், சண்முகம் என்று தொடர்ந்து சேர பாப்பாவிற்கு மேற்பார்வையாளராக பிரமோஷன் ஆகிவிட்டிருந்தது.

கிழக்கு கோபுரவாயில் வழியாக உள்ளே சென்று தரிசனம் முடித்துவிட்டு வடக்கு கோபுரவாயில் வழியாக நாச்சிமுத்துவின் கடைக்கு போவார்கள். 'பாப்பாக்கு ஒரு ஃப்ரூட்மிக்சர்?' என்று எப்பொழுது போனாலும் கேட்பார் நாச்சிமுத்து. அவர் கைகளில் பரபரவென கண்ணாடி தம்ளர்கள் சுழன்று கொண்டே இருக்க பெரிய தெர்மக்கோல் தொட்டியிலிருந்து ஃப்ரூட் மிக்சரை ஊற்றிக் கொண்டே இருப்பார். ஆனால் பாப்பாவிற்கு சாப்பிட்டதாக நினவில்லை. தாத்தா வெளியில் எதுவும் சாப்பிடுவதில்லை. கோவில் பட்சணக் கடையில் சிலசமயம் லட்டு, அதிரசம் என்று ஏதாவது வாங்குவது உண்டு. தாத்தா ஒரு முறை வார்டு கவுன்சிலராக போட்டியின்றி தேர்ந்தெடுக்கப் பட்டிருக்கிறார். அதற்கு சர்பத் கடை நாச்சிமுத்துதான் முழுமுதற் காரணமாக இருந்ததால் அவர் கடையில் எப்பொழுதும் ஒரு இரண்டு நிமிடம் தங்கல் உண்டு. அடுத்த முறை தேர்தலில் நிற்கவில்லை. புதுப் பஸ்ஸ்டாண்டிற்கு நில ஆர்ஜிதம் செய்யும் விஷயத்தில் மனோகரன் போன்றவர்கள் 'வட்டிக் கடை நடத்திப் பொழைக்கிறவ்ன் எல்லாம் மக்கள் சேவை செய்யறேன்னு நாடகம் போடறாங்க' என்று நக்கலடித்ததில் காயம்பட்டு விட்டார்ப் போல. நாச்சிமுத்துவோடு பேசும்போது 'கெடக்குறான் அந்த பொறம்போக்குப் பய.' என்று அவ்வப்போது ஆறுதல் சொல்வார்.

கல்லூரி படிப்பை முடிக்கு முன்னரே 'குத்த வச்ச பொட்டப்

புள்ளையை எம்புட்டு நாள் வூட்டுலே வச்சிருப்பிய' என்று சாமிநாத மாமா ஜரூராக வரன் பார்த்து முடித்து வைத்தார். திருமணம் ஆனபிறகு சுந்தரேசனுக்கு ஊர் ஊராக சுற்றும் விற்பனைப் பிரதிநிதி வேலையாதலால் பெரும்பாலும் தாத்தாவோடு கடித தொடர்புதான் இருந்தது. அவ்வப்போது பண்டிகை விடுமுறைகளுக்கு மட்டும் தாத்தாவை நேரில் பார்க்கும் வாய்ப்பு இருந்தது. சென்ற புரட்டாசி மாதத்தின் மத்தியில்தான் பாட்டி தவறிப் போனார். தாத்தா வெளியில் கலங்காமல் இருந்தாலும் மனதில் நொறுங்கிப் போய்விட்டார்ப் போல. அவ்வப்போது வந்து கொண்டிருந்த கடிதங்கள் மொத்தமாக நின்று போய் மூன்று மாதம் ஆகிவிட்டது.

போன வியாழக்கிழமை அதிகாலையில் திருநா மாமா போன் பண்ணியிருந்தார். தாத்தாவிற்கு இரண்டு கிட்னியும் செயலிழந்துவிட்டது என்று ஆஸ்பத்திரியில் சேர்த்து இருப்பதாக. சனி, ஞாயிறாக பார்த்துக் கொண்டு சுந்தரேசனோடு பாப்பா ஊருக்கு வந்தாள். இரண்டு கிட்னிகளும் சுத்தமாக் பிரயோஜனப்படாது என்று சொல்லிவிட்டார்களாம். தொடர்ந்து சாப்பிட்டு வந்த இரத்த அழுத்த மாத்திரையின் பக்க விளைவாக இருக்கலாம் என்று டாக்டர் சொன்னார். வீட்டில் வைத்துப் பார்த்துக் கொள்ள சொல்லிவிட்டார்கள். வாரம் இருமுறை டயாலிஸஸ் செய்ய வேண்டுமாம். திருநா மாமாவிற்கு இப்பொழுதே ஆயாசமாக ஆகிவிட்டிருந்தது. கிட்னி மாற்று சிகிச்சையைப் பற்றி அங்கே யாரும் பேச்செடுக்கிற மனநிலையில் இல்லை. டாக்டர்களும் ஒரு குறைந்தபட்ச வாய்ப்பினைத்தான் கொடுத்திருந்தார்கள்.

பாப்பாவிற்கு நம்பவே முடியவில்லை. தாத்தா எப்படி இப்படி கெழண்டு போனார். பாட்டியின் இழப்பிற்கு அப்புறம் தாத்தா சுத்தமாக வாழும் ஆசையை தொலைத்தவராக இருந்தார். ஒரு குழந்தையைப் போல நினைவு தப்பி தொடர்பில்லாமல் செய்கைகள் இருந்தன. வெளுத்துப் போன தலைமுடியும், மழிக்காத முகமுமாய் பேச்சு வெகுவாக குறைந்து போய் விட்டிருந்தது. தலைமுடி பராமரிக்காமல் விடப்பட்டு சிக்குப் பிடித்து இருந்தது. இவளைப் பார்த்தபோது அவர் விழிகள் மேலும் கீழுமாய் உருண்டது மட்டும்தான் தெரிந்தது. சிரித்தாரோ அல்லது சிரிக்க முயற்சித்தாரோ.

திருநா மாமாவிடம் கேட்டு பாப்பாவும் சன்முகமும் தாத்தாவிற்கு முகச்சவரம் செய்துவிட ஆரம்பித்தார்கள்.

சண்முகத்தின் ஷேவிங் ரேஸர் இரண்டாம் மனிதருக்கு சவரம் செய்ய சரிவரவில்லை. அதுவும் அடர்ந்த சிக்கலாகிப் போன தாடியில் அடிக்கடி மாட்டிக் கொண்டு திணறடித்தது. சண்முகம் உள் ரூமில் தேடிக் பிடித்து சவரக் கத்தி ஒன்று கொண்டு வந்தான். பாப்பாதான் தைரியமாக அதை வைத்து முழுச் சவரமும் செய்துவிட்டாள். கன்னத்தின் சுருக்கங்கள் பளிச்செனத் தெரிய பொக்கைவாயோடு சோகையாக சிரித்தார். மறுநாள் திருநா மாமா தாத்தாவின் தலை முழுவதும் மழித்து விட்டார். சிக்குப் பிடித்த தலையில் பேன்கள் தொல்லை வேறு. 'எங்கடா பிடிச்ச இந்த கத்தி. நல்ல கூர்மையா இருக்கே' என்று சண்முகத்திடம் கேட்க அவன் அந்தப் பெட்டியைக் காட்டினான். அந்தப் பெட்டியில் ஓரிரண்டு சீப்புகள், கத்திரிக்கோல், கையால் இயக்கப்படும் முடிவெட்டும் மெஷின் எல்லாம் இருந்தன. கூடவே ஒரு கடன் சிட்டை. பாப்பாவிற்கு பழக்கமான தாத்தாவின் கையெழுத்தில் 'வேலு - அ. ரூ 30/- வ. ரூ 12/- ' என்று வரிசையாக வட்டிக் கணக்கு குறிக்கப்பட்டு '27/06/1987' அன்று சிட்டை முறியடிக்கப் பட்டிருந்தது.

மொட்டைத் தலையோடு தாத்தாவின் சவரம் செய்த முகம் ரொம்பச் சின்னதாக ஆகிவிட்ட மாதிரி இருந்தது பாப்பாவிற்கு.

இளைப்பாறுதல்

மூலக்கடை பிள்ளையார் கோவில் பக்கமாக வரும்போது சிக்னலில் சிவப்பு விளக்கு ஒளிர்ந்து கொண்டிருந்தது. 'சிக்னல் போட்டிருக்கு' என்று சாந்தலட்சுமியின் காதுகளில் கேட்கும்படி முணுமுணுத்துவிட்டு சிவசுப்ரமணியன் வேகமாக பஸ்ஸின் படிக்கட்டுகள் பக்கமாக வந்தான். எதிர்பார்த்தது போல டிரைவர் வேகத்தைக் குறைக்க சட்டென குதித்து இறங்கினான். பின்னாடியே தடதடவென சாந்தலட்சுமி இறங்குவதற்குள் பஸ் வேகமெடுத்து விட்டது. அந்த மதிய நேரத்தில் நூறடிச்சாலை வெறிச்சோடி இருந்ததால், டிரைவர் வேகமெடுத்தபடி சிக்னலைத் தாண்ட, பஸ்ஸிலிருந்து குதித்த சாந்தலட்சுமி கொஞ்சம் தூரம் ஓடி சமாளித்து நின்றாள்.

'த, விழுந்து சாவறதுக்குனு வந்துக்குது பாரு. ஸ்டாப்பிங்ல இறங்கி நடந்து வாறதுக்கு என்னா கேடு' கண்டக்டர் தலையை நீட்டி திட்டுவது சிவசுப்ரமணியன் காதுகளில் நன்றாகவே கேட்டது.

'பேமானி. ரெட்ல கிராஸ் பண்ணிட்டு, என்னா சவுண்டு விடறான்' சாந்தலட்சுமியின் குரல் பஸ்ஸை எட்டியிருக்காது என்றாலும், சாலையோரத்து இளநீர் கடைக்காரரின் காதுகளை எட்டியிருந்தது அவருடைய சிரிப்பின் மூலம் தெரிந்தது.

'அதான், ஸ்பீடு கூட்டிக்கிறான்ல. என்னாத்துக்கு குதிக்கிற நீயு?'

சிவசுப்ரமணியன் கேட்க நினைத்த கேள்வியை நிறுத்திக் கொண்டான். கேட்டாலும் அவளிடமிருந்து பதில் எதுவும் வராது. 'நீ குதிச்ச. நானும் குதிச்சேன்' என்பது போல பாவனையில் அவனை நிமிர்ந்து பார்த்துவிட்டு, பிள்ளையார் கோவிலின் வலப்பக்கத்து சந்தில் திரும்பினாள் சாந்தலட்சுமி. அங்கிருந்து ஐந்து நிமிட நடையில் 'ரங்கா கிளினிக்' வந்துவிடும். அதற்கு பின்புறம்தான் ராமசந்திரனின் வீடு. ரங்கா காலனி ஸ்டாப்பிங்கில் இறங்கியிருந்தால், மெயின் ரோடு வழியாக பத்து நிமிடம் நடந்து

வரவேண்டும். சாந்தலட்சுமி மூன்று வயது குழந்தையாக இருக்கும்போது ராமசந்திரன் இங்கே வந்து விட்டார். அப்போதிருந்து இந்த சிக்னலில் இறங்கி குறுக்கு வழியில் வருவது அவளுக்கு பழக்கம் ஆகிவிட்டிருந்தது. இருபத்தியெட்டு வயதில் சிவசுப்ரமணியனோடு கல்யாணம் ஆகி தாம்பரம் சாணிடோரியம் பக்கம் போனாலும், வாரத்திற்கொரு முறை வந்து விடுவாள்.

'அப்பாவுக்கு கிளினிக்க விட்டா பிச்சாண்டி மடம். மடத்த விட்ட கிளினிக்கு. அவர் உலகமே அம்புட்டுத்தான். அந்தக் கிளவி மட்டும் தனியா அங்க வெறுக்கு வெறுக்குன்னு உக்காந்திருக்கும். ஒரு நட போயி பாத்திட்டு வந்திடறேன்'.

ஊரையே வறுத்து வாயில் போட்டுக் கொள்ளும் சாமர்த்தியம் மட்டும் இல்லாவிட்டால் சாந்தலட்சுமியின் பாட்டி என்றோ காற்றில் கரைந்து போயிருப்பார் என்று நினைத்துக் கொள்வான் சிவசுப்பிரமணியன். வற்றிய சுள்ளியாகிப் போன கருத்த சிறிய உடலிலிருந்து குரல் மட்டும், வெங்கல மணியை முழக்கியது போல கணகணவென, இந்த எண்பது வயதிலும் எட்டு 'ரங்கா காலனிக்கு' கேட்கும் அளவுக்கு சத்தமாக இருக்கும்.

'ஒரு துரும்பைக் கிள்ளி தூரப் போட்டாக்கூட மாப்பிள்ளைன்னா துள்ளி நின்னு முறுக்கிக்கும். உமக்கென்ன போச்சு. பனைமரத்துக்கு பாதி உயரம் இருக்கீர். நல்லா முறுக்கிக்கும்'

எப்போது சிவசுப்ரமணியத்தைப் பார்த்தாலும், விசுக்கென தலைமுக்காட்டை இழுத்துவிட்டுக் கொண்டு சுவரைப் பார்த்துக் கொண்டுதான் பேசுவார். வீட்டு மாப்பிளையின் முகத்தைப் பார்த்து பேசினால் மரியாதை குறைவாம். ஆனால் அதற்கு மேல் எந்தவித சலுகையும் கிடையாது.

'ஆரு என்னாத்துக்கு துள்ளிக்கிறாங்க இப்ப... உங்க அல்லாருடய நல்லதுக்குத்தான் சொல்றேன். அந்த புது டாக்டர நம்பாதீங்க.'

'எண்ணி வச்சுக்கும். இன்னும் ரெண்டே வருசத்தில நான் போய் சேந்திருவேன். ராமன் சாமியாராகி இந்த மடமோ சந்த மடமோன்னு தேசாந்திரம் போயிருவான். அப்புறம் இந்த வீடு வாசல் சொத்து எல்லாம் நீர் ஆண்டு அனுபவிக்கப்பட்டதுதானே.'

'ஒரு பட்டாக்கூட உங்க பேருல கெடியாது பாட்டி. அப்புறம் என்னா வீடு? தெரு வாசல் மட்டும்தான். கிண்டி ஆசுபத்திரி

வேல முடிஞ்சோன்ன, இங்கிருந்து அல்லாரையும் கௌப்பி விட்ருவான் அந்த புது டாக்டரு. சாமிநாதன், சுந்தரம், வேலுப்பிள்ள அல்லாருக்கும் ஆப்புதான். முப்பத்தியஞ்சு வருசமா நீங்கதான் ஆசுபத்திரி ஆசுபத்திரின்னுட்டு கட்டி அழுதீங்க. இப்ப அங்க பெருசா கட்டியிருக்கற ஆசுபத்திரில உங்க அல்லாரோட உழைப்பும் இருக்கு. ஆனா, அதால ஆருக்கு என்னா லாபம் சொல்லுங்க'

'கோர்ட்டு கேசுன்னு ஏன் கெடந்து குதிக்கனும்கிறேன்? பேசிப் பாத்தா அல்லாம் சரியாப் போவுது. நல்லதுக்குன்னு முனஞ்சி நின்னு ஆசுபத்திரி கட்டறான் அந்த புள்ளாண்டான். அதப் போய் ஏன் இப்படி கரிச்சு கொட்டறீர். போற நேரம் வந்திட்டா வூட்டயா கட்டி எடுத்திட்டு போகப் போறீர். உமக்கு அப்புறமும் இந்த வூடு நிறஞ்சு, விளங்கி இருக்கறதுக்கு ஒரு வழியப் பண்ணப் பாரும்.'

'சும்மாவா கட்டறாங்க ஆசுபத்திரிய.... புள்ள பொறக்க வைக்கிறதுன்னு சொல்லி லட்சம் லட்சமா பீஸ் வாங்கப் போறானுவ. அவன் பசப்பறத நம்பிட்டு வூட்ட விட்டுக் கொடுத்திறாதீங்க. நின்னு கேஸாடினாத்தான் காசு பெயரும். இல்லன்னா வாயில வெரல வச்சுக்கினு போன்னு சளுவா ஏமாத்திருவான்'சிவசு உரத்த குரலில் வாதாடிப் பார்த்தாலும், பாட்டி வளைந்து கொடுத்தாளில்லை.

'வரம் கொடுக்கிறதுக்குன்னு தெய்வமே வந்தாக்கூட, வறட்டு மனுஷாளுக்கு கண்ணு எங்கத் தெரியப் போவுது. சாந்தாவோட தலயில என்ன எழுதியிருக்கோ' முத்தாய்ப்பாக வறட்டு மனிதர்களில் வந்து முடிப்பார். சிவசுவின் காதுகளில் அது மலட்டு மனிதர்கள் என ஒலிக்கும். அதுக்கப்புறம் அவனிடம் பேச ஒன்றுமிருக்காது.

சிவசுப்ரமணியனின் நடை தளர்ந்து நின்றது. செல்வின் எலக்ட்ரிகல்ஸ் பக்கம் வந்ததும் 'சாந்தா, நீ முன்னாடிப் போயிட்டிரு. நான் பாபாவ கண்டுக்கினு வந்திர்றென்' என்றான்.

அவனுடைய குரல் அவளிடம் ஏதும் பாதிப்பை உண்டாக்கவில்லை என்பது அவளுடைய நடையின் வேகத்திலேயே தெரிந்த்து.

'என்னாபா சிவசு... இன்னேரத்துக்கு வந்திட்டிருக்க. கெய்வி புட்டுகிச்சா. இழுத்திட்டு இருக்குன்னு சொன்னாங்க'

ஆட்டோவின் பின்சீட்டிலிருந்து இறங்கிய பாபா, விரைந்து போகும் சாந்தலட்சுமியைப் பார்த்துவிட்டு,

'காலைலேந்து ரைட்டு கண்ணு துடிச்சிட்டேயிருந்துச்சு. ஏதோ நடக்கும்னு நினச்சிட்டே இருந்தேன்ப்பா' என்றான்.

'ராத்தங்காதுன்னு காலைல போன் வந்திச்சு. அதான் பொறப்பட்டு வந்தோம்' ஓரிரு நொடிகள் நிறுத்திவிட்டு, பிறகு கேட்டான் 'தூளு வச்சிருக்கியா பாபா?'

'த... என்னாதிது... துட்டி கேக்கப் போற நேரத்துக்கு போயி டோப்பு கேக்கற? போயிட்டு வாப்பா மொதல்ல' அலைபாயும் முடிக்கற்றைகளை அழுத்தி விட்டுக் கொண்டபடி கேட்டான் பாபா. நெளிவும் சுளிவுமாக நீண்டு பறக்கும் மயிரினால்தான் அவன் பாபா. வேறெந்த பெயராலும் அவன் அழைக்கப்பட்டு சிவசுப்ரமணியன் அறிந்ததில்லை.

'போகத்தான போறம்' என்று சொல்லிக் கொண்டே ஆட்டோவின் பின்சீட்டில் ஏறி அமர்ந்து கொண்டான். 'அல்லாரும் ஒரு நா போகத்தானே போறம்'

'ப்ச்ச்ச்... என்னா மாதிரியான ஆத்துமா தெரிமா கெய்வி. எத்தினி தபா அதனாண்ட துன்னூறு வாங்கிக்கினு இருக்கேன் நான். அது அருள் வந்து ஆடும்போது நமக்கெல்லாம் மயிரு நட்டுக்கிட்டு நிக்கும்பா. அப்பால, பாபா வந்திருக்கானான்னு கூப்பிட்டு பாசாமாப் பேசும். என்னா ஒரு ரெண்டு வாரம் படுக்கைல இருந்திருக்குமா? அதுக்கு முன்னாடி ஒரு தபாக்கூட சொகமில்லன்னு சொன்னதில்லப்பா. அப்படி ஒரு செயலா இருந்திச்சுப்பா. அந்தக்கால கட்டைங்களே அப்படித்தான்' பாபாவின் குரலில் வருத்தம் இருந்தது.

ஒருவேளை பாட்டிம்மா பிழைத்துக் கொண்டுவிட்டால் 'சரியான அராத்துப் புடிச்சதுயா. அடாவடிக் கெய்வி' என்பதை மீண்டும் நினைவுகொள்வானாக இருக்கும்.

ஆட்டோவின் முன்சீட்டில் ஏறி உட்கார்ந்த பாபா, சிவசுப்ரமணியனை சற்று நேரம் பார்த்து விட்டு சட்டைப்பையிலிருந்து கசங்கிய சிகரெட்டை எடுத்து நீவிவிட்டு அவனிடம் கொடுத்தான். 'காலைல எதுனா சாப்பிட்டுக்கினியா? கொஞ்சம் ரம்மு இருக்கு. வடகறி வாங்கி வச்சிருக்கேன். சாப்பிட்டுக்கினே பத்த வை. அல்லாங்காட்டி கெய்விக்கூட நீயு பட்த்துன்னுதான் சுடுகாட்டுக்கு போவனும்'

பதினைந்து வருடங்கள் முன்பு, தாம்பரம் ஜெகன் டிராவல்ஸிலிருந்து அம்பாசிடர் எடுத்துக் கொண்டு, சாந்தலட்சுமிய பொண்ணு பார்க்க வந்தபோது இதே பாபாவிடம்தான் ராமசந்திரனின் வீட்டு விலாசம் விசாரித்தார்கள். அதற்கப்புறம் இரண்டொரு சந்திப்பிலேயே 'வா சிவசு' என்கிற அளவுக்கு பச்சக் என்று ஒட்டிக் கொண்டு விட்டார்கள். சங்கர்நகர் மேஃபிளவர் பாருக்குப் போய் நடுச்சாமம் வரை குடிக்கும் அளவுக்கு அந்த பச்சக் அழுத்தமாக இருந்தது.

காட்டமான மணத்துடன் ஆட்டோவின் உள்புறம் நிறைந்த புகை நடுவே, சிவசுப்ரமணியன் சிரித்தான்.

'போ வேண்டிதான். ஆனா அஞ்சு டோப்பாவது ஒரேமுட்டா போட்டுட்டு அப்பாலிக்க போயிடனும். சந்தோஷமா போயிடனும்.' என்றான் சிவசுப்ரமணியன். நினைவுச் சிடுக்குகளிலிருந்து விடுதலையான சந்தோஷ சிரிப்பு.

'மொள்ளப்பா. நீ இழுக்கிற இழுப்புக்கு அந்தால போலிஸ் ஸ்டேஷன் வரைக்கும் புகை போவும் போல. சரி போதும் வா. ஒரு நட போயிப்பாத்திட்டு வந்திடலாம். இன்னேரம் ஆளுங்க உன்னக் காணோம்னு தேடிட்டிருக்கும். அல்லாரும் என்ன திட்டினு இருப்பாங்கோ' என்று சிவசுப்ரமணியன் கையில் கால்வாசி புகைந்த சிகரெட்டை வலிந்து வாங்கி தரையில் தேய்த்து அணைத்துவிட்டு, சட்டைப் பைக்குள் போட்டுக் கொண்டான்.

'கேள்வி கேக்குறதுக்கு எவனுக்கும் ரைட் இல்ல. அப்படியே எவனாச்சும் கேட்டான்னா பதில் சொல்றதுக்கு உனுக்கு ரைட் இல்ல. நீ ஏஞ்சொல்ற?' மிதப்பு நன்றாக ஏறியிருந்தது சிவசுப்பிரமணியனுக்கு.

'ஆமாம். இனி கேக்கறதுக்கு அங்க ஆரு இக்குறாங்க. ஒரே ஒரு கெய்வி இருந்திச்சு. அதுவும் புட்டுக்கிடப் போகுது. அந்த அப்புராணி அய்யர் மட்டும்தான். நீ வெத்தலய மட்ச்சு வாயில போடற மாதிரி ஊட்ட சுருட்டி உள்ளப் போட்டுக்கலாம்னு பாக்கற. அந்த டாக்டருங்கோ உங்க அல்லாத்துக்கும் பல்ப்பு கொடுத்திக்கிறாங்கோ' சிவசுப்ரமணியனக் கையப் புடிச்சு இழுத்துக்கொண்டு கிளம்பினான் பாபா.

'என்னா பெரிய பேலஸா அது. பெருங்காய டப்பாக்குள்ள புதச்சு வச்சா மேரி ஒரு குச்சு வூடு. அதயும்... அந்த புது டாக்டரு கால்ல உழுந்து எழுந்து வாங்கனும்.'

சிவசுப்ரமணியனின் குரல் நின்றுவிட்டது. கிளினிக்கை நெருங்கும்போதே, ராமசந்திரனின் வீட்டின் வாசலில் கூட்டம் கூடிவிட்டது தெரிந்தது.

முன்புறம் இறக்கிவிட்ட ஓட்டுக்கூரையுடன் இருந்த தாழ்வாரத்தில், வலக்கால் மேல் இடக்காலை மடித்து வளைத்துப் போட்டுக் கொண்டு, கறைபடிந்த கைக்குட்டையால் மூக்கைத் தொடைத்துக் கொண்டு உட்கார்ந்திருந்தார் ராமசந்திரன். முன்னால் வந்த பாபாவைப் பார்த்ததும் தலையாட்டியபடியே, இடதுகையினுள் இருந்த பொடிடப்பியை வலதுகைக்கு மாற்றிக்கொண்டார். பாபா இரண்டு கைகளையும் முன்னே விரித்து, பின்னர் வானத்தை நோக்கிக் காட்டினான். அவரும் இரண்டு கைகளையும் வானை நோக்கி காட்டிவிட்டு, 'போய்விட்டது' என்பது போல சைகைக் காட்டினார். அருகே வந்த பாபாவின் நீட்டிய கைகளைப் பற்றிக் கொண்டார்.

'காலைலேந்து ரைட்டு கண்ணு துடிச்சிட்டே இருந்திச்சு சார். அப்பவே சிவசுகிட்ட சொல்லிட்டிருந்தேன். ஒரு தொல்லயும் கொடுக்காது கெளம்பிடுச்சுப் பாருங்க. புண்ணியாத்துமான்னா என்னா அப்புறம்.'

'சாந்தா வந்திடட்டும்னு காத்துக்கிட்டேயிருந்திருப்பாப் போல. இப்பத்தான் பெரிய கேவலா தொண்டைலேந்து வந்து அப்படியே போயிடுச்சு. ஃபைனல்லி ஷி இஸ் ரெஸ்டிங்' என்றார் ராமசந்திரன். பின்னாடி வந்த சிவசுப்ரமணியத்தைப் பார்த்து மையமாக தலையாட்டினார்.

ஓட்டு தாழ்வாரத்தை தாண்டி உள்ளே எட்டிப் பார்த்தான் சிவசுப்ரமணியன். ட்யூப்லைட் வெளிச்சத்தில் வெள்ளை வெளேரென்று இருந்த நார்மடி புடவையில் பக்கவாட்டில் சுருண்டபடி பாட்டி படுத்திருந்தார். இயல்பாகவே ஐந்தடி உயரம்தான். முதுமையால் கூன் விழுந்து சுருங்கி நான்கடிதான் இருப்பார். ஒரு குழந்தையைப் போல அத்தனை சிறியதாக தெரிந்தார்.

கூடத்திற்கு பின்புறமிருந்த சமையல் அறையிலிருந்த வெளிவந்த பெருங்களத்தூர் மாமா, அவனைப் பார்த்ததும்,

'வாங்கோ. ஒரு டூ மினிட்ஸ் மின்னாடி வந்திருக்கப்படாதா. கங்கா ஜலம் விட்டிருக்கலாமே. ரைட்டு. இப்படிக்கா ஒரு கைப் பிடியும்... தெற்கு வடக்காத்தான் போடனும்ட்டுட்டான் ராஜப்பா.

அரமணிக்குள்ள குளிப்பாட்டி ஒடனே ஆரம்பிச்சிட்டா நாலர அஞ்சு மணிக்குள்ள எடுத்திடலாம். பெட் சோர் வந்த உடம்பு பாரும். நீயும் வந்து ஒரு கைப்பிடியேன்ப்பா' அந்தக் கடைசி கை உள்ளே எட்டிப் பார்த்த பாபாவை நோக்கி.

கட்டிலில் இருந்து உடலை தூக்கியதும், உடல்புண்ணிலிருந்து வெளியேறும் சீழும், மூத்திர துணிகளின் முடைநாற்றமும் கலந்து, சட்டென காற்றில் பரவ ஆரம்பித்தது. அந்த சிறியக் கூடத்தின் நடுவே விரித்திருந்த கோரைப்பாயில் உடலைப் படுக்க வைத்ததும், எல்லோரும் அவசர அவசரமாக விலகிக் கொண்டார்கள். சிவசுப்ரமணியத்திற்கு மண்டைக்குள் போன புகையெல்லாம் கலைந்து போக, நாக்கு வறண்டு தாகமெடுத்தது. இழவு வீட்டில் தண்ணீர் குடிக்க முடியுமா என்று சந்தேகமாக சமையலறை பக்கம் திரும்பிப் பார்த்தான்.

அவன் கண் பார்வையை சந்தித்ததும் சாந்தலட்சுமி அவனை சமையலறையிலிருந்து கையசைத்துக் கூப்பிட்டாள்.

'அந்த பூஜை ரூம்ல டிரம்மை நகர்த்தி பின்னாடி இருக்கிற ஷெல்ஃப்லேந்து சக்கர பாக்கெட்ட எடுத்திட்டு போய் குமரகுரு மாமா ஆத்துல கொடுத்திருங்களேன். அங்கதான் காப்பிக்கு ஏற்பாடாகியிருக்கு'

'ஏண்டி இதப்போய் அவர்ட்ட கொட்டி முழக்கிட்டு. கைவேலயா இருக்கேனேன்னு உங்கிட்ட சொன்னா....' சாந்தலட்சுமியின் பின்னாலிருந்து நாகலட்சுமி பெரியம்மா அதட்டினார்.

'ப்ச்! நான் இப்ப பூஜை ரூமுக்குள்ள போகமுடியாது பெரிம்மா. அதான் அவர்ட்ட சொன்னேன். நீ காப்பிய சுத்தி எடுத்திட்டு போய் முன்னாடி கொடு. ராஜப்பா வன்ட்டான்னா, ஒரு ஆளும் அங்க இங்க நகர முடியாது' என்றாள் சாந்தலட்சுமி

'என்னமோ ட்ரீட்மெண்ட் போயிட்டிருக்கேன்னு சொன்னியேடி. இன்னுமா கண்ணு தொறக்கல' என்றார் பெரியம்மா.

'ப்ச்ச்... அப்புறமா சொல்றேன். நீ தலய அவுத்து வுட்டுக்கினு போ. துட்டி கேக்க ஆளுங்க வந்திட்டிருக்கு'

சிவசுப்பிரமணியனுக்கு இப்போது ஒரு சிகரெட்டை பத்த வைக்கனும் போலிருந்தது. துக்கம் கேள்விப்பட்டு முன் தாழ்வாரத்தில் நிறைய ஆட்கள் புதியதாக வந்து சேர்ந்திருந்தார்கள்.

வறண்ட புன்னகையுடன் பேசிக்கொண்டிருந்த ராமசந்திரனுக்கும், பாபாவிற்கும் இடையே புதியதாக நின்று கொண்டிருப்பவரைப் பார்த்ததும் சிவசுப்பிரமணியனுக்கு தெரிந்துவிட்டது. அதிகம் பழக்கப்படாத உடையாக வேட்டியைச் சுற்றிக் கொண்டு, டீ ஷர்ட்டில் நின்று கொண்டிருந்தது ரங்கா டாக்டரின் மகன் சந்தீப்தான். ஆர்டிஃபீஷியல் இன்செமினேஷன் செண்டர் என்றதொரு தங்கச்சுரங்கத்தை கிண்டியில் கட்டிக் கொண்டிருக்கிறான். அவர்கள் அருகில் போனதும், அவனுடைய சிநேகமான தலையாட்டலை தவிர்த்து சற்று விறைப்பாக நின்றுகொண்டான் சிவசுப்பிரமணியன்.

சந்தீப்பின் ஏதோ கேள்விக்கு ராமசந்திரன் பதில் சொல்லிக் கொண்டிருந்தார்.

'பாட்டிம்மான்னே பழகிடுச்சு எல்லாருக்கும். உண்மையான பேரு என்னன்னு இங்க யாருமே கேட்டதில்ல. நீங்கதான் முதல்ல கேட்டிருக்கேள்.' சொல்லிவிட்டு நிறுத்தியவர், மீண்டும் ஒரு வறண்ட புன்னகையுடன் தொடர்ந்தார். 'படிப்பு வாசனயே கெடயாது. பேரு மட்டும் சரசம்மா. கொயட் அயரானிக்கல் யூ நோ. பதினாலு வயசுல கல்யாணம். ஒரே மாசத்தில் நான் வயித்துல. எட்டுமாசம் புள்ளதாச்சியா இருக்கும்போதே புருசன் ஆத்தோட முழுகிப் போயிட்டார். நாம் பொறந்த ஒரே வருசத்தில் அவ அப்பாவும் மாரடைப்புல போயிட்டார். ஒண்ணுமே தங்காத துக்கிரி ஜென்மம் சார் அவோ. அதான் அந்தப் பேரு கூட நிலச்சு நிக்கல பாவம்' என்றவர் நிறுத்திவிட்டு ஒரு சிட்டிகை பொடியை மூக்கில் ஏற்றிக் கொண்டார். 'நாமட்டும்தான் அவளுக்கு மிஞ்சினேன்'

ஒரு கையில் மாலையும், மறுகையில் சீனிசாக்கில் தைத்த பை நிறைய சாமக்கிரியைகளுமாக, சூம்பிய இடது காலை தாங்கி தாங்கி வைத்தவாறே வந்தான் ராஜப்பா. கூடத்தில் இருக்கும் கூட்டத்தை ஒரே கணத்தில் அனுமானித்தபடி,

'ஒடம்பொறந்தா உண்டா? இல்லன்னா பொறந்தாத்து பக்கம் ஆராச்சும் கோடித்துணி கொடுக்கலாம். இந்தப்பக்கமா தூணோட ஒரு பழம்புடவய கட்டி மறைப்பா வைங்க. நடுவுல ஒரு சேர் போடுப்பா. டேய், ரெண்டுகொடம் தண்ணிய பிடிச்சு இப்படி வைடாப்பா. ஆம்பளயாளுங்கள்லாம் கொஞ்சம் அந்தப்பக்கமா போங்க. டேய், செல்லப்பா... இங்க வந்து பிடி இப்படி'

இழவு வீட்டுக்கான சகல லட்சணங்களும் வந்து அந்த வீட்டில்

கவியத் தொடங்கியது. பைபாஸ் ரோட்டு போக்குவரத்து நெரிசல், மருத்துவரின் ஃபீஸ்கள், கவுன்சிலர் எலெக்ஷன் பற்றிய எதிர்பார்ப்புகள், என ஏதேதோ பேசிக் கொண்டிருந்தவர்கள், பிணத்தை குளிப்பாட்டும் சடங்கை வேடிக்கை பார்க்க ஆரம்பித்தார்கள். சுற்றிக் கட்டியிருந்த மறைப்பு சீலையையும் தாண்டி, மடக்கு நாற்காலியில் வைக்கப்பட்ட பாட்டிம்மாவைப் சிவசுப்பிரமணியனால் பார்க்க முடிந்தது. முக்காடு விலகின அரை மண்டையில், ராஜப்பா ஒரு குடம் தண்ணீரை கொண்டு கொட்ட, அவர் மேலிருந்த பழைய சீலையை கலைத்தபடி நீர் பெருகி வழிந்தது. தோலால் மூடிய எலும்புக்கூடு ஒன்று உட்கார்ந்திருப்பது போல இருந்தது. ராஜப்பா ஒரே வீச்சில், நழுவிய ஈரப்புடவையை உடலின் மேல் போட்டு மறைத்துவிட்டு, அடுத்த குடம் நீரை விட்டான். மேலும் இரண்டு குடங்கள் விட்டதும், எவ்வித அசூயையும் இல்லாமல், உடலின் மேல் தட்டுச்சுற்றாக சுற்றியிருந்த ஈரப்புடவையை விலக்கி, பெருங்களத்தூர் மாமா கொடுத்த புதிய நார்மடிப் புடவையை சுற்ற ஆரம்பித்தான்.

புடவையின் ஒரு நுனியை இடுப்போடு சுற்றி முடிச்சிட்டு, மறுபக்க நீள் நுனியை கால்களிடையே தார்பாய்ச்சி, மீண்டும் ஒருமுறை இடுப்போடு சுற்றி, மேலே இடப்புற தோள்மீதேற்றி, தலையை சுற்றிக் கொண்டு வந்து, வலப்புற தோளில் கொண்டு வந்து இடுப்பில் செருகி வைத்தான். பையோடு கொண்டு வந்திருந்த நாடாத்துணியில் தாடையைச் சுற்றி கட்டிவிட்டு, கைக் கட்டை விரல்களையும், கால் கட்டை விரல்களையும் இழுத்து பிணைத்துவிட்டு, திருநீறைக் குழைத்து நெற்றியில் மூன்று பட்டைகளை இட்டு, அதன் நடுவே சிறிய சந்தன பொட்டில் ஒரு ரூபாய் காசை அழுத்தி வைத்து, மாலையை அணிவித்து அலங்காரத்தை முடித்தான்.

சந்தீப் ‘இப்படி வச்சு போட்டோ ஏதும் எடுக்கனுமா? என்னோட கேமிராவக் கொண்டு வரட்டுமா’ என்றான்.

பதிலுக்கு ராமசந்திரன் ‘அப்படி எல்லாம் செய்யற வழக்கமில்ல. இன்னொரு ஐரணி தெரியுமா உங்களுக்கு. அவளோட போட்டோன்னு எங்ககிட்ட ஒண்ணுமே கிடயாது. அவளே எங்கேயும் நிக்க மாட்டா. ஆனா தப்பித் தவறிக்கூட எந்த போட்டோலயும் விழுந்ததில்ல. அவ கல்யாணத்தப்பக் கூட யாரும் போட்டோ எடுத்ததில்ல’ என்றார். விரலிடுக்கில் இருந்த பொடியை மீண்டுமொருமுறை ஏற்றிக் கொண்டபடி,

‘பூ தச்ச பின்னலோட ஒரு பழய போட்டோவ பாத்திருக்கேன். தாழம்பூவில் மல்லிகைச் சரம் கோர்த்து, சந்திர சூரிய வில்லையெல்லாம் அலங்கரிச்சு நீளமான பின்னலோடு இருப்ப. கொடுங்களூர் ரெவின்யூ ஆபிஸ்ல அவ அத்தை பையன் ஒருத்தன் இருந்தார். அவர் எடுத்த போட்டோதான் அது. நல்ல நீளமான தலைமுடியும், எழுதிவச்ச மையுமா பொம்ம மாதிரி இருப்போ. இங்க சென்னைக்கு வந்தப்பத்தான், போட்டோவக் காட்டினார். சின்னதா பர்ஸுலயே வச்சிட்டிருந்தார். அப்படி பாத்தவள இப்படில்லாம் பாக்க மாட்டேன்னுட்டு வீட்டுக்கே வரல அவர்’ என்றார்.

‘என்னா கோராமை பாருங்க. ஒரு வருசம் கூட நெறயாத ஒரு கல்யாண வாழ்க்க. அதுக்கோசரம் இம்புட்டு வருசமும் ஒண்டிகொண்டியா இருந்திட்டு.... அதெல்லாம் சாதாரண ஆத்துமாக்களுக்கு சாத்தியப்படுமா’ பாபா கலங்கிய கண்களோடு சொன்னான்.

ராமசந்திரன் சொன்ன பூ தைத்த பின்னலோடு பாட்டியை கற்பனை செய்து பார்க்கத் தோன்றியது சிவசுப்ரமணியனுக்கு, கூடவே அந்த போட்டோவை பர்சில் வைத்துக் கொண்டிருந்த ரெவின்யூ ஆபிசர் பற்றியும்.

‘பின்ன... அந்தக்காலத்து வைராக்கியம்னா சும்மாவா. அதில நான் வேற அவ வயித்துல நின்னுட்டேன். துக்கிரிக்கு வாய்ச்ச துக்கிரி. யாரு என்ன நினச்சு என்ன பயன்... நத்திங் டு டூ’. என்றார் ராமசந்திரன்.

கூடத்தை கழுவி விட்டு வெளியே வந்த ராஜப்பா, வேலிப்படலோரமாக இருந்த பவழமல்லி செடியடியில் குட்காவை துப்பிவிட்டு, ராமசந்திரனைப் பார்த்து பொதுவாக ‘காட்டுக்கு போய் ஏற்பாடுகள பாக்கிறண்ணா. வாத்தியார்ட்ட என் நம்பர் இருக்கு. வேணப்ப கூப்பிடுங்கோ’ என்று சொல்லிவிட்டு தாங்கி தாங்கி நடந்து சென்றான்.

ராமசந்திரன் இன்னமும் உணர்ச்சிவசப்பட்ட நிலையில்தான் இருந்தார். ‘உங்கப்பா மட்டும் இல்லன்னா, நானும் சவண்டி கொத்தனா காடு கல்லுன்னு போயிருக்க வேண்டிதான். யூ நோ வாட் தட் மீன்’ என்றார். இப்படியே புலம்பி புலம்பி இவராகவே வீட்டை விட்டுக் கொடுத்துவிட்டு மடத்தில் போய் உட்கார்ந்து கொள்ளப்போகிறார் என்றிருந்தது சிவசுப்பிரமணியனுக்கு.

‘நல்லதுக்கும், நன்றிக்கும் எல்லைன்னு ஒண்ணு இருக்கனும் மாமா. இல்லேன்னா நடுத்தெருவிலதான் நிக்கனும் நாம’ என்றான் அவன்.

அவனுடைய பதிலை கவனித்தும் கவனிக்காதது போல சந்தீப், ராமசந்திரனிடம் சமாதானமாக ‘ப்ளீஸ் கன்சோல் யுர்செல்ஃப் மிஸ்டர் ராமசந்திரன். எல்லாம் உங்க நல்ல மனசுதான் காரணம். பாட்டிம்மா எங்கயும் போயிடப் போறதில்ல. உங்க வீட்டிலேயே மீண்டும் பொறக்கத்தான் போறாங்க. நீங்க வேணா பாத்திட்டேயிருங்க’ என்றான்.

சிவசுப்பிரமணியத்திற்கு எரிச்சல் அதிகமானது.

‘ந்தா, ஒங்க பாட்டியும், பூட்டியும் என்ன ஒரு ஆளா மதிக்கலன்னா கூட பரவால்ல. ஆனா அந்த டாக்டரு கம்மனாட்டியோட பேச்ச மட்டும் நம்பாதீங்கடீ. செத்தாலும் அவன் ஆசுபத்திரிக்குள்ள நாமட்டும் காலெடுத்து வக்கவே மாட்டேன். அவன் டெஸ்ட் செஞ்சு எனக்கு சர்ட்டிபிகேட் கொடுத்து அதக்காட்டித்தான் நான் ப்ரூவ் பண்ணிக்கனும்னு தலயெழுத்தா எனக்கு. அதுக்கு களுத நாலு அனாதைங்கள எடுத்து வளத்திட்டு போவோம்’ என்று சாந்தலட்சுமியிடம் ஏற்கெனவே சூளுரைத்திருந்தது நினைவுக்கு வந்தது.

அந்த வீடு விஷயமாக, அவனால் ஒரு சின்னக் கல்லைக் கூட புரட்ட முடியவில்லை என்று நினைத்தால் அவமானமாக இருந்தது. ஆசுபத்திரி இடம் மாறும்போது, அவர்கள் கிள்ளிக் கொடுக்கப் போகும் அற்பதொகையை வாங்கிக் கொண்டு கிளம்ப வேண்டியதுதான். ஆதாரமே போனப்புறம் ஆளுங்களுக்கு அங்க ஏது இடம். ஏதோ ஒரு ரியல் எஸ்டேட்காரன் அத்தனை நிலங்களையும் கொண்டு அடுக்குமாடி வீடு கட்டிக் கொழிக்கப் போகிறான்.

நிலம் ஆசுபத்திரியுடையது என்றாலும், முப்பத்தியைந்து வருட அனுபவ பாத்தியதைக்காகவாவது நின்று கேஸ் ஆடிப் பார்த்து விடவேண்டும் என்றால் யார் கேட்கிறார்கள். ஆளுக்கேத்த விலையை அவர்களே முடிவு செய்துவிட்டார்கள். ராமசந்திரனுக்கும் சாந்தலட்சுமிக்கும் கூடுதலாக சில கனவுகளையும் உறுதியளித்திருக்கிறார்கள். என்ன நடந்தாலும் அவர்களுடைய பசப்புதலுக்கு அடிபணிந்து அந்த ஆசுபத்திரி வாசலில் நிற்கின்ற நிலை தனக்கு வந்துவிடக்கூடாது. ஆடும் வரை ஆடிப் பார்க்க வேண்டியதுதான்.

‘புள்ளய பெத்துட்டதால அவளுக்கு சித்திரவத. புள்ள பொறக்கனுமேன்னு இவளுக்கு சித்திரவத. இந்த பொம்பளங்களுக்கு நடுவே நான் பொறந்துட்டனேன்னு எனக்கு சித்ரவத....’ ராமசந்திரன் மீண்டும் ஒரு சிட்டிகையை மூக்கில் ஏற்றிக் கொண்டார்.

கழுவிவிடப்பட்ட தரையில் வழுக்கியபடி ஓடிவந்த பெருங்களத்தூர் மாமா, ‘சிவசு, சிவசு... எங்க சிவசு. கொஞ்சம் வாப்பா. சாந்தாவுக்குள்ள என்னமோ இறங்கியிருக்குப் போல. ஒரே முட்டா உதறிப்போடுதே. இதுக்கு என்னா செய்வாங்க.... ஏதோ மலையேறுதுன்னுவாங்களே...’ என்று பதறினார்.

அதற்குள் கொல்லைப்புறம் பரபரப்பு தொற்றிக்கொள்ள, எல்லோரும் போய் எட்டிப் பார்த்தார்கள். பாட்டியோடான அனுபவங்கள் ஏற்கெனவே இருந்ததால் பக்கத்து வீட்டு குமரகுருவின் மனைவி சட்டென சுதாரித்துக் கொண்டார். பெரிய பித்தளை செம்பில் நீர் முகர்ந்து அதில் இரு கைப்பிடியளவு மஞ்சளை அள்ளிப் போட்டு கரைத்துக் கொடுக்க, சாந்தலட்சுமி அண்ணாந்தபடி கடகடவென மூச்சுவிடாமல் குடித்து வைத்தாள்.

‘சாமியருள்லாம் அப்படித்தான்பா. பாட்டிம்மா துன்னூறு கொடுக்க சொல்லோ எனக்கே சிலித்துக்கினு வரும். பாரு எப்படி துள்ளுது ஆத்தா. அம்மாம் மஞ்சத்தண்ணியயும் அப்படியே உள்ள வாங்கிக்கிட்டது பாரு சாமி. சாதாரண ஆத்துமாக்கு முடியுமா’ என்ற பாபா மீண்டும் ராமசந்திரனிடம் திரும்பி ‘அதான் காலைலேந்து ரைட்டு கண்ணு துடிச்சிட்டிருந்ததுன்னு சொன்னேனே சார்’ என்றான்.

அரைமயக்கத்தில் பெரியம்மா தோளில் சாய்ந்து கொண்டு அரற்றிக் கொண்டிருந்த சாந்தலட்சுமியை பார்க்கும்போது சிவசுப்பிரமணியத்திற்கு ஏனோ சற்று ஆசுவாசமாக இருந்தது. ஆத்தாவின் அருளே வந்து இறங்கிவிட்டது. அப்புறம் என்னடா புண்ணாக்கு ஆசுபத்திரியும் டெஸ்ட்டும். இது ஒண்ணு போதுமே ஊரின் வாயை மொத்தமாக அடைத்துப் போட. இனி எவனுக்கு தைரியம் வரும் அவர்களைப் பார்த்து குறைசொல்ல. சாந்தலட்சுமியைப் போல அவனுக்கும் யார் மீதாவது சற்றுநேரம் சாய்ந்து இளைப்பாறிக் கொள்ள வேண்டும் போலிருந்தது.

ஓட்டு தாழ்வாரத்தின் கீழே மெள்ள எட்டிப் பார்த்த சந்தீப்பின் தலையைப் பார்த்ததும் தலையை உலுக்கிக் கொண்டு மீண்டும் முறுக்கிக் கொண்டு நின்றான். இனி என்ன போச்சு. நின்னு கேஸ் ஆடிப் பாத்துவிட வேண்டியதுதான்.

எம்டன் செல்வரத்தினம்

“எம்டன் தப்பித்துவிட்டது, லெஃப்டினென்ட்” என்றான் கேப்டன் ராபின் ஹம்ஃப்ரி. “இன்றோடு மூன்று கப்பல்களை கைப்பற்றியிருக்கிறது. எல்லாம் ஆங்கிலேய கப்பல்கள். கிங் லுட். டைமரிக், ப்யூரெஸ்க்...” குரலின் இறுதியில் கசப்பு தெறித்தது. “ஆனால், சிலோன் பக்கமாக கரி மாற்றிக் கொண்டிருக்கிறார்கள். இந்திய கரியாகத்தான் இருக்கும். புகையே காட்டிக் கொடுத்துவிடும்”

நான் அவனையே இமைக்காமல் பார்த்துக் கொண்டிருந்தேன். அவன் குறிப்பிட்ட ‘இன்றோடு’, நான் எத்தனை நாட்களாக இந்த பொந்தினுள் அடக்கி வைக்கப்பட்டிருக்கிறேன் எனத் தெரியவில்லை. துணியே இல்லாமல் வெறும் தரையில் ஒருக்களித்து படுத்தபடி கிடந்தேன். குதிகால்களும் புட்டமும் கன்றிப் போய் இருக்கின்றன. கூலி அய்யாக்கண்ணு குண்டாந்தடியை அக்குளில் கொடுத்து முரட்டுத்தனமாக நெம்பினான். முதல் ஒன்றிரெண்டு நாட்களில் சுவற்றில், நகத்தால் கீறி, நாட்களை குறித்து வைத்திருந்தேன். அப்புறம் இவர்கள் குறடு வைத்து நகங்களை தாறுமாறாக பிய்த்துப் போட்டுவிட்டதால், இப்போது எண்ணிக்கை என்னவென்று குழப்பமாக இருக்கிறது. குத்துமதிப்பாக மூன்று வாரங்கள் ஆகியிருக்கலாம்.

என்னை தொடர்ந்து வந்து விசாரித்துக் கொண்டிருந்த ராயல் நேவி அதிகாரிகள் எல்லோருக்கும் செமர்த்தியான கோபம் இருந்தது. இவர்கள் களாக்காய் என கிள்ளிப் போட எம்டன் பலாக்காய் என திரும்ப எகிறி வந்து அசிங்கப்படுத்தி விட்டது.

கமாடோர் ஃப்ரான்சிஸ் ஸ்ப்ரிங் போல இந்த கேப்டன் அவ்வளவு தயவு தாட்சண்யம் பார்க்கிற ஆசாமியில்லை. நான் மெட்ராஸ் துறைமுகத்திற்கு சப் லெஃப்டினென்ட்டாக வந்தபோதே தெரிந்து போயிற்று. ஏழு ஆண்டுகள் முன்னர் வடமேற்கே டிம்பர் பாண்ட் பகுதியில்தான் டூட்டி போட்டிருந்தார்கள். துரைமார்களின் நன்மதிப்பைப் பெற்று, சென்ற ஜூலை மாதம்தான் லெஃப்டினென்ட்டாக உயர்ந்து நேவல் ஆபிஸுக்கு வந்தேன். வந்த நேரம் நிச்சயம் ஏதோ பீடை நேரமாகத்தான் இருக்க வேண்டும்.

“செண்பகராமன் பற்றி சொல்” என்று உறுமினான் கேப்டன்.

வாயெல்லாம் காய்ந்து போய்விட்டிருந்தது. சைகையால் ‘தண்ணீர்” என்றேன். கேப்டன் என்ன சைகை காட்டினானோ அய்யாக்கண்ணு பொடனியில் ஓங்கி ஒரு போடு போட்டான்.

“தெரியாது சார். சத்தியமாக எதுவுமே தெரியாது” என்றேன். இந்த மூன்று வாரங்களில் இதே பதிலை முந்நூறு தடவையாக சொல்லியிருக்கிறேன்.

“இரண்டு ஆயில் டாங்குகளை மூழ்கடித்து விட்டீர்கள். முந்நூற்றைம்பது கிலோ கேலன் கெரசின் எரிந்து போய்விட்டது. வானுயர தீப்பந்தம் போல் ரெண்டு நாள்கள் நின்று எரிந்தது” அந்த இரண்டு நாட்களும், அவன் அவமானத்தில் தூங்கியிருக்க மாட்டான்.

“மொத்த நகரமே காலியாகிவிட்டது. தெரியுமா? சிவிலியன் ஏரியாவில் எல்லாம் சுட்டிருக்கிறார்கள். புது ஆஸ்பத்திரி, பூந்தமல்லி ரோடு வரைக்கும் ஷெல்லடித்திருக்கிறார்கள். அசந்திருந்தால் கமாடோரின் உயிரேக் கூடப் போயிருக்கும். விருந்திலிருந்து அவரைக் காப்பாற்றி கொண்டு போனது தெய்வாதீனம். இவ்வளவும் செய்துவிட்டு வேஷமா கட்டுகிறீர்கள்? உன்னை மட்டுமல்ல. ஒட்டுமொத்த சதிக் கும்பலையும் வளைத்து விட்டோம். ஒவ்வொருவராக வழிக்கு வந்து கொண்டிருக்கிறார்கள். செண்பகராமன் பிள்ளை கொச்சிக்கு தப்பித்துப் போய்விட்டாராமே. சிண்டைப் பிடித்துக் கொண்டு வந்துவிடுவோம்”

அவருடைய சண்ட பிரசங்கத்திற்கு முத்தாய்ப்பாக அய்யாக்கண்ணு ஓங்கி ஒன்று பின்னால் புட்டத்தில் போட்டான். ஏற்கெனவே தோலுரிந்து புண்ணாகிப் போயிருந்த இடத்தில் சுரீர் என பற்றி எரிந்தது.

அலறியபடி “எனக்கு ஒன்றும் தெரியாது சார். அன்றைக்கு நான் போர்ட் டூட்டியில் கூட இல்லை” என்றேன்.

“இங்கே பார். எனக்கு நீங்கள் எல்லாம்தான் முக்கியம். இந்தியர்களை மேலும் மேலும் பொறுப்புகளில் இருத்த வைக்கத்தான் விருப்பம். இந்த நகரத்தை, நாட்டை, நீங்கள்தானே நன்றாக தெரிந்து வைத்திருக்கிறீர்கள்? இந்த கூலிகளோடெல்லாம் நாங்கள் மல்லுக்கட்டிக் கொண்டிருக்க முடியுமா. நீங்கள் எல்லாம் பொறுப்பிற்கு வர வேண்டும். பார், மிஸ்டர் நாயுடு போலிஸ் கமிஷனராகி விட்டார். உனக்கிருக்கும் வயதிற்கு நீ மேஜராகவோ,

லெஃப் கர்னலாகவோ ஓய்வு பெறலாம். உன்னை நான் சிறப்பான கவனத்திற்கு கொண்டு செல்ல முடியும். எங்களுக்கு தேவைப்படுவது எல்லாம், உன்னுடைய சிறு ஒத்துழைப்பே. எம்டன் தாக்குதலுக்கு திட்டம் போட்டு கொடுத்தது யார்? பிள்ளையை உனக்கு எப்படிப் பழக்கம்? வேறு யாரெல்லாம் இந்த சதிச்செயலுக்கு உடந்தையாக இருந்தார்கள்? நீ கக்கும் விவரங்களுக்கு ஏற்ப உனக்கான கௌரவங்கள் வந்து சேரும்"

அய்யாக்கண்ணுவின் அடுத்தடுத்த அடிகளை தாங்க முடியாமல் தொய்ந்து கீழே உட்கார்ந்து விட்டேன். ராஜாங்க துரோகத்திற்கான விசாரணை என்றார்கள். அதற்காக இப்படியா வைத்து பிழிந்து எடுப்பார்கள்.

"யுத்த காலத்தில், ப்ளாக்-அவுட் அமலில் இருக்கும்போது கிளப்பில் விருந்துக்கு யார் ஒப்புதல் கொடுத்தார்கள்?" இப்போது கேப்டனின் கேள்வியில் உஷ்ணம் ஏறியிருந்தது.

பதினேழாம் தேதியே, மேஜர் லாரன்ஸ் துரை கையெழுத்திட்ட சுற்றறிக்கையை வைத்துக் கொண்டு துறைமுகமே கொண்டாடியது. 'Emden Sunk' என்று இத்தாலிய கப்பல் ஒன்று, லோரிடானோ என்று பெயர், கல்கத்தா-மெட்ராஸ் பாதையிலிருந்து அனுப்பிய ரேடியோகிராமை, இஞ்சினியர் சிவதாணுதான் மொழிபெயர்த்து போட்டிருந்தான்.

"எம்டன் மூழ்கிப் போனதற்கான கொண்டாட்ட விருந்து என்று கேட்டார்கள். அட்மிராலிட்டி ஆபிசிலிருந்து என் ஓ சி வாங்கித் தந்ததுதான் மட்டும் என் வேலை" என்றேன். அதுவும் அந்த குடிகார மேஜர் லாரன்ஸ் பெயரில்தான். அவனையும் கட்டிவைத்து சித்ரவதை செய்தார்களா எனத் தெரியவில்லை.

விருந்துக்கு கமாடோர் துரை வருகிறார் என்றார்கள். அப்புறம் எப்படி மறுப்பார்கள்? எம்டனின் பெயர் ராயல் நேவி மத்தியில் அவ்வளவு பிரசித்தம் ஆகியிருந்தது. அதன் ஆட்டத்தால், அதற்குள் கிழக்கிந்திய கடல் வர்த்தகம் மொத்தமும் படுத்து விட்டது. எம்டனின் வீழ்ச்சிதான் சாம்ராஜ்யத்தின் மீட்சி எனக் கொண்டாட்டமாகி விட்டார்கள். அது எதிர்பார்த்ததுதான். எதிர்பாராதது, விருந்தன்று, துறைமுகம் முழுவதும் விளக்கேற்றி அலங்காரம் செய்து அமர்க்களப் படுத்தியதோடு அல்லாமல் சர்ச் லைட்டை வேறு அமர்த்திப் போட்டார்கள். அதுதான் எம்டனுக்கு வெகு வசதியாகிவிட்டது.

லைட் க்ருய்ஸர்களிலே அதிவேகமான போர்கப்பல் அது. ஜெர்மானியரில் ஆயுதப் புரட்சியில் புதிய அத்தியாயம். பன்னிரெண்டு கிலோமீட்டருக்கு மேலே ஷெல் அடிக்கக் கூடிய 10.5 செமீ நேவல் துப்பாக்கிகள் பத்தாவது வைத்திருந்திருக்கும். அண்டையின் இருபுறமும் ஆறு துப்பாக்கிகளாவது இருக்கும். முகப்பில் வேறு இரண்டு உண்டாம். துறைக்கட்டுக்கு பக்கமாக வரும்வரை, கோலாகலமாக பார்ட்டியில் இருந்தவர்களுக்கு எள்ளளவும் சந்தேகம் எழவில்லை. ஒண்ணரை மைல் தொலைவில் வரும்போது, பைப்பிலிருந்து பீச்சியடிக்கும் தண்ணீர் போல, எம்டனிலிருந்து சரமாரியாக சுட ஆரம்பித்து விட்டார்கள். நுங்கம்பாக்கம் போஸ்ட் ஆபிஸ் பக்கத்தில் இருந்த எனக்கு சத்தம் கேட்டது என்றால் பார்த்துக் கொள்ளுங்கள்.

போர்ட்டிலிருந்தவர்களுக்கு சுதாரித்துக் கொண்டு திருப்பி அடிக்க ஆரம்பிப்பதற்குள் எம்டன் வடக்கே போவது போல போக்குக் காட்டிவிட்டு தெற்கே சிலோன் பக்கமாக திரும்பிவிட்டது. போர்ட்டிலிருந்து அடித்த ஷெல் அத்தனையும் கடலுக்கு இறைத்த நீர் போலாக, சிறு கீறல் கூடப் படாமல் எம்டன் தப்பித்து ஓடிவிட்டது. அதுதான் பிரிட்டிஷ் நேவிக்காரர்கள் கொந்தளித்துப் போய்விட்டார்கள்.

“அதுவே ஒரு பொய்ச்செய்தி. ரேடியோ ரூமில் யாரோ விளையாடி இருக்கிறார்கள்” தரையில் கிடந்த என் முகத்தில் காறி உமிழ்ந்தான் கேப்டன் ஹம்ஃப்ரி. ”Emden Sighted என்று அந்தக் கப்பல் அனுப்பியதாகத்தான் மற்ற ரேடியோ ஸ்டேஷன்களில் பதிவு செய்திருக்கிறார்கள். அத்தனை பேரையும் மொத்தமாக ரவுண்டு கட்டி வைத்திருக்கிறோம்.”

கஷ்டம்தான். சிவதாணுவெல்லாம் அடிதாங்க மாட்டான். ஏற்கெனவே ஷெல்லடிபட்டு ஆஸ்பத்திரியில் கிடக்கிறான். இப்பொழுது உயிரோடு இருக்கானோ இல்லையோ. கேப்டன் ஹம்ஃப்ரி சைகைக் காட்ட அய்யாக்கண்ணு என் வலக்கையை முதுகுக்கு பின்னால் இழுத்து மணிக்கட்டு முறியும் ஓசைக் கேட்கும்வரை முறுக்கினான்.

“சிலோனிலும் எம்டனுக்கு ஒத்தாசை செய்த கூட்டம் ஒன்று மாட்டியிருக்கிறது” என கேப்டன் கத்தியது தேய்ந்து கொண்டே வர, நான் முழுவதுமாக மயக்கத்தில் அமிழ்ந்து போனேன்.

“எம்டன் கதை முடிந்தது” என்றான் கேப்டன் ஹம்ஃப்ரி. இப்போது கண்களில் ஒருவித நட்புக் கூட ஒளிர்ந்தது. “கோகோஸ்

தீவுகளுக்கு அருகே, ஆஸ்திரேலிய போர்க்கப்பல் சிட்னியால் தோற்கடிக்கப் பட்டது. உங்கள் பாணியில் சொன்னால் கர்மவினை கை மேல் பலன் தந்துவிட்டது" இளித்தான்.

என் வலக்கை ஆட்காட்டி விரலில் நகக்கணுவிலிருந்த சதைத்தணுக்கை பல்லால் கடித்து பாதிக்கு மேல் தின்றுவிட்டிருந்தேன். இன்னும் ஒரு மாதமாகி இருந்நதால் விரலையே கடித்துத் தின்றிருப்பேன் என்கிற அளவுக்கு மன அழுத்தம் ஏறிவிட்டிருந்தது.

"இனி உன்னை வைத்துக் கொண்டு செய்ய ஏதும் இல்லை செல்வா" என்றான் கேப்டன் ஹம்ஃப்ரி. கோர்ட் மார்ஷல் செய்ய எந்த முகாந்திரமுமில்லை என்பதுதான் உண்மை. அதனால்தான் இந்த சித்ரவதையெல்லாம்.

அய்யாக்கண்ணு இன்னும் இரண்டு ஆட்களுடன் வந்து, என்னை அந்த பொந்தினுள் இருந்து, வெளியே இட்டு வந்தான். ஒட்ட முடி வெட்டிவிட்டு, சுத்தமாக ஷவரம் செய்வித்து. நன்னீரில் சோப் போட்டு குளிக்க வைத்து, சலவை வேட்டியும் சட்டையும் கொடுத்து, கையில் மூன்று ரூபாய் பணமும் கொடுத்து "இனி போர்ட் பக்கம் உன்னைப் பார்க்கவேக் கூடாதுன்னுட்டார் துரை' என அனுப்பி வைத்தான்.

வெளியில் வந்தபின்தான், நான் மூன்று மாதங்களாக அடைக்கப்பட்டு இருந்தேன் எனத் தெரிய வந்தது. எம்டன் தாக்குதலால் அடைந்த பீதியிலிருந்து, ஓரளவு மெட்ராஸ் மீண்டிருந்தாலும், பழைய சோபை முழுவதும் திரும்பவில்லை. கொஞ்ச நாட்கள் கடலை காணாமல்தான் இருந்து பார்க்கலாமே எனப் புறப்பட்டுவிட்டேன்.

"எம்டன் மூழ்கியது என்கிறார்கள். அப்படித்தான் சொல்வார்கள். சுல்தான் மெஹ்மத் ஒப்புதல் இல்லாமல், ஆட்டோமான் ஒப்பந்தம் முழுகிப் போனது என்றார்கள். ஆனால் உண்மையில் என்னவாயிற்று, சுல்தானின் படையால் ரஷியாவின் துறைமுகங்கள் ஒவ்வொன்றாக மூழ்கிப் போனதை நாம் பார்த்தோம் இல்லையா. யால்டா, செபாஸ்டபோல், ஃபெடோசியா என எத்தனை எத்தனை..."

மெகாஃபோன் வைத்து முழங்கிக் கொண்டிருந்தவன் ஜெர்மனியில் இருந்த செண்பகராமனின் உறவினன் என்றார்கள்.

நான் மீண்டும் ஒருமுறை சுற்றியிருந்த கூட்டத்தைப் பார்த்தேன்.

எனக்கு அறிமுகமான முகமென ஒன்றுக் கூட இல்லை. மெட்ராஸோடு தொடர்பு விட்டுப் போய் ஓராண்டு ஆகிவிட்டது. இன்று காலை நில கிரயம் சம்பந்தமாக ரிப்பன் கட்டடத்திற்கு வந்தபோதுதான், ஹைகோர்ட் வளாகத்தில் எம்டன் வெற்றிக்கென கூட்டம் போடுகிறார்கள் என்றார்கள். உலகப்போர் இன்னமும் உக்கிரமாக போய்க்கொண்டிருக்கும் போது எப்படித்தான் இது போன்ற அரசுக்கெதிரான கூட்டங்கள் போடுகிறார்களோ.

“எம்டனுக்கு விருது கிடைத்திருக்கிறது, தெரியுமா தோழர்களே. ஆம். ஜெர்மனி அரசு எம்டன் கப்பலுக்கு உயரிய இராணுவ விருதான அயர்ன் கிராஸ் அளித்திருக்கிறது. எத்தகையானதொரு பெருமை அந்த பராக்கிரம கப்பலுக்கு. வெற்றிகரமாக நாடு திரும்பிய வீரர்கள் அனைவருக்கும் தங்கள் பெயருடன் எம்டன் எனப் போட்டுக் கொள்ளும் உரிமை வழங்கியிருக்கிறது. நாமும் அதை இக்கூட்டத்தில் வழிமொழிகிறோம். இப்புரட்சிக்காக பங்களித்த அத்துணை பேருக்கும் நாம் அந்த விருதை அளிக்கிறோம். வெற்றிகரமான புரட்சியாளர்கள் தங்கள் பெயருடன் எம்டன் என சேர்த்துக் கொள்ளுங்கள் தோழர்களே. இது நாளைய சரித்திரத்தில் இடம்பெறவேண்டிய....”

பெரும் குரலெடுத்து முழங்கிக் கொண்டிருந்தவன், சடுதியில் பேச்சை முடித்துக் கொண்டு, முத்தாய்ப்பாக, பிள்ளையவர்களின் கோஷமான “ஜெய்ஹிந்த்”தை உரக்கக் கூவிவிட்டு, கிளம்பிப் போய்விட்டான். அவனைச் சுற்றியிருந்த கூட்டமும் அவனோடு காணாமல் போய்விட்டது.

நானும் பொழுதோடு கிளம்பினால்தான் எக்மோர் போய் காட்பாடிக்கு ட்ரைன் பிடிக்கலாம். பத்தரைக்குள் போய்விட்டால் கண்ணமங்கலத்திற்கு பஸ் இருக்கும். இல்லையென்றால் ரயில்வே ஸ்டேஷன்லேயே படுத்திருந்துவிட்டு காலையில்தான் வீடு போய்ச்சேர முடியும்.

“எம்டன் செல்வரத்தினம்” என்று குரல் கேட்க திரும்பிப் பார்த்தேன். மாலை கவியத் தொடங்கி கையெழுத்து மறையத் தொடங்கியிருந்தது. அருகே வந்து தோளில் கை போட்டவனை யாரென அடையாளம் தெரியவில்லை.

“உங்கள் தீரச் செயலைப் பாராட்டி மேலிடத்திலிருந்து செய்தி வந்திருக்கிறது எம்டன் செல்வரத்தினம்” என்று சொல்லி புன்னகை செய்தான்.

நான் என் தோள்பையை இறுகப் பற்றியபடி அவனையே பார்த்தேன். கையில் இருந்த சிகரெட் டின்னை நீட்டினான். இன்னமும் குணம்பெறாத பிசகலாக திருகிப் போயிருந்த கையினால் ஒரு சிகரெட்டை வளைத்து உருவிக்கொண்டேன். இருவரின் சிகரெட்டுக்கும் பற்ற வைத்தவன்,

"இப்படி ஓரமா வாங்க" என சாலையோரமாக இட்டுச் சென்றான்,

"எம்டன் கொடுத்த அடியிலிருந்து இவர்கள் இன்னும் மீளவில்லை பாருங்கள்" என்று, விலகிப் போய்க் கொண்டிருந்த போலிஸ் ஜீப்பைக் காட்டிச் சிரித்தான்.

"நம் கூட்டத்தை வேவு பார்க்க வந்திருக்கிறார்கள்".

நான் சிரிக்கவில்லை. சிகரெட்டைப் பிடித்து இழுத்து புகையை விட்டேன்.

"பார்த்தீர்கள் அல்லவா, கிச்சனரின் அறிவிப்பை. பொதுமக்களிடமிருந்து புதிய படையை உருவாக்குகிறார்களாம். இவர்களுடைய பயிற்சிப் பெற்ற படைகளெல்லாம் சல்லிக்காசுக்கு பிரயோஜனமில்லை என்று ஒத்துக் கொண்டு விட்டார்கள். தலையால் தண்ணி குடிக்க தவிக்கிறார்கள் சார். யுத்தம் வெகு உக்கிரமாகிவிட்டது எம்டன் செல்வரத்தினம். இங்கே நமது பணியை, நாம் இன்னமும் ஜரூர் ஆக்க வேண்டும் என்கிறார் பிள்ளை. தயாராக இருங்கள்." என்றான்.

"நானென்ன தயாராக இருக்க வேண்டும். நான் சும்மா எம்டன் பெயருக்காக வேடிக்கைப் பார்க்க வந்தேன்" என்றேன்.

"நானும்தான்" என்று கண்ணைச் சிமிட்டினான். "இன்னும் பெரிய பெரிய வேடிக்கையெல்லாம் இருக்கிறது பாருங்கள்".

"கோகோ தீவில் சற்று உஷாராக இருந்திருக்க வேண்டும். பிள்ளை துல்லியமாகத்தான் திட்டம் வகுத்திருந்தார். இங்கே செய்தது போல முதலில் ரேடியோ ஸ்டேஷனை வசப்படுத்தியிருந்தால் சுலபமாக வென்றிருக்கலாம். இன்றைக்கெல்லாம் கிழக்கிந்திய கடல் முழுவதும் நமது வசம் இருந்திருக்க வேண்டியது..." என்றவன், சற்று பெருமூச்சுவிட்டபடி, 'சற்று பிசகிவிட்டது. ஆஸ்திரேலியாக்காரன் முந்திக் கொண்டு விட்டான். எல்லாம் கைவிட்டுப் போய்விட்டது... ப்ச்" என்று கையை உதறிக் கொண்டார்.

எவ்வளவு பெரிய புளுகு பாருங்கள்.

இங்கே என்னவோ ரேடியோ ஸ்டேஷனை வசப்படுத்தி வைத்திருந்தார்களாம். அப்படி இருந்தால் சிவதாணு ஏன், அல்பாகா கோட்டும், மைசூர் தலைப்பாகையுமாக ராயல் கிளப் விருந்திற்கு போனானாம்?. ஷெல்லடித்து செத்துப் போனானாம்.

அந்த குடிகார மேஜர் லாரன்ஸின் பெயரில் யார் கையெழுத்துப் போட்டுக் கொடுத்திருந்தாலும் அதை மொழிபெயர்த்து சர்க்குலர் விட்டிருப்பான். ஒரே ஒரு ரேடியோகிராமை போர்ஜரி செய்ததில் மொத்த போர்ட்டும் தாக்குதலின் சுலப இலக்காக தானாகவே தயாராகிக் கொண்டது. மற்றபடி தாக்குதல் திட்டம் பற்றி, நிறைவேற்றப்படும் விதம், நாள், நேரம் என துளி விவரம் கூட எவருக்கும் தெரியாது என்பதுதான் உண்மை.

சும்மா அடித்துவிட்டு, என் வாயை பிடுங்கப் பார்க்கிறான் இந்த வேவுகாரன்.

"ராஜாங்க விவகாரத்தில் எல்லாம் எனக்கு அக்கறை இல்லை சார். எம்டன் மேல் கொஞ்சம் ஆர்வம். அவ்வளவுதான்" ஆழமாக சிகரெட்டை இழுத்து புகையை விட்டபடியே, பையை கக்கத்தில் இறுக்கியபடிக் கிளம்பினேன்.

திருகிப்போய் வலுவிழந்து தொய்ந்து போன விரல்களுடனான வலக்கையை தூக்கிப் பார்க்கிறேன். யார் யாரெல்லாம் விட்ட சாபமோ, இதொன்றுதான் மிச்சம்.

ஆங்காங்கே விளக்குகள் ஒளிரத் தொடங்க, அந்தியில் பூக்கும் மலரென நகரம் புத்துரு கொண்டு விகசிக்கிறது. கீழ்வானில் எழுந்து வரும் முழுநிலவு மேலேற மேலேற சிறியதாகிப் போனது.

கோடிடா (Gordita)

தீப்திக்கு இப்பொழுதெல்லாம் அம்மாவைப் பார்த்தால் மிகவும் எரிச்சலாக இருக்கிறது. சிலசமயம் கோபம் கூட வருகிறது. கண்ணாடி முன்னால் நின்று ஸ்ட்ரெய்ட்னரை வைத்து தலைமுடியை நேராக்கிக் கொள்வது, போனில் யாருடனோ சிரித்துப் பேசுவது, காரில் பாட்டுக் கேட்டுக் கொண்டே போகும்போது கூடவே ஹம் செய்து கொண்டு போவது... சிலசமயம் உல்லாசமாக விசில் கூட அடிப்பது... இவை எல்லாம் தீப்தியை முள்ளின் மேல் நிற்க வைப்பது போல் இருக்கிறது.

"டிபன் பாக்ஸ்ல அப்படியே மிச்சம் வச்சிருக்க"

அம்மாவின் கேள்விக்கு பதில் சொல்லாமல் டிவியையே பார்த்துக் கொண்டிருந்தாள்.

"ஏய்... ஏண்டி சாப்பிடலன்னு கேட்டா ஒண்ணுஞ் சொல்ல மாட்டேங்கிற"

"பிடிக்கல" மோவாயை அழுத்தமாக வைத்துக்கொண்டு உதட்டிடுக்கில் பதிலளித்தாள்.

உடன் மஞ்சரி ஒருபாட்டம் ஆரம்பித்தாள். தினமும் காலையில் ஐந்தரைக்கே எழுந்து சமையல் செய்து அவர்கள் இருவருக்குமான லஞ்ச் பாக்ஸை நிரப்பி, ஏழு மணி ஸ்கூல் பஸ்ஸிற்கு ஆறே முக்கால்வரை தூங்கும் தீப்தியை எழுப்பித் தயார் செய்து பஸ் ஸ்டாப்பில் விட்டுவிட்டு, முக்கால் மணி நேர தொலைவில் இருக்கும் அலுவலகத்திற்கு காலை போக்குவரத்து நெரிசலுக்குள் சிக்கிக் கொள்ளாமல் எட்டு மணி அடிப்பதற்கு முன்னால் போய் சீட்டில் அமர்ந்தப்புறம்தான், வழியில் டங்கினில் வாங்கிய காப்பியை இரண்டு வாயாவது குடிக்க முடிகிறது. இவள் என்னடாவென்றால் வெண்ணையிட்டு சுட்ட சப்பாத்திகளும் அவற்றை சுருட்டி வைத்த உருளைக்கிழங்கையும், கூட வைத்திருந்த தக்காளி சட்னியையும், ப்ரோபயாட்ரிக் கூட்டிய யோகர்ட் என்று விளம்பரம் செய்யப்பட்டிருந்த தயிர் டப்பாவையும் அப்படியே சாப்பிடாமல் திருப்பிக் கொண்டு

வந்துவிட்டு அதற்கென ஒரு காரண காரியமும் சொல்லாமல் அழுத்தமாக இருக்கிறாள்.

அம்மாவின் இந்த விளக்க வியாக்கியானங்கள் எதுவும் தீப்திக்கு வரவரப் பிடிப்பதில்லை. எந்த நேரத்தில், மஞ்சரி இந்த தன்னிரக்க பாட்டை தொடங்கினாலோ தீப்திக்கு அங்கு உட்காரவே முடியவில்லை. இவளென்னவோ, எவ்வித தவறும் செய்யாதவள் போல, எப்போது பார்த்தாலும் தன்னை மட்டும் குற்றஞ்சாட்டிக் கொண்டு, எப்படி அம்மாவால் நியாய வேஷம் போட முடிகிறது.

இன்று மஞ்சரி வீடு திரும்பும் முன்னர், கிரேடில் அவஸ்தையுடன் உறுமிக் கொண்டிருக்கும் ரூடியை வாக்கிங் அழைத்துப் போய்விட்டு வந்துவிட்டால், பிறகு இந்த ஹாலில் உட்கார்ந்து கொண்டு அம்மாவின் போலித்தன அறிவுரைகளை கேட்டுக் கொண்டிருக்க வேண்டியதில்லை. சொல்லப் போனால், இந்த மாலை முழுவதும் தீப்தியின் அறையிலிருந்து வெளிவரவேண்டிய அவசியமே இல்லை. அம்மாவை, அவள் அணுக்கத்தை, அவள் மிருதுவான தொடுதலை, அவள் உடல் வாசத்தை, முக்கியமாக அந்த மலர்ந்த சிரிப்பை, இவை எதையும் எதிர்கொள்ள வேண்டிய அவசியமில்லாமல் அந்த நாளை முழுவதும் கடத்திவிடலாம்.

இன்னும் பதினைந்து நிமிஷம்தான். இந்த பள்ளி ஹோம்வொர்க்குகள் அதுவாகவே தீர்ந்து போனால் எவ்வளவு நன்றாக இருக்கும். முன்பு அப்பா இருந்த போது இவ்வளவு பளுவானதாக பள்ளிக்கூடம் இல்லை. அப்பொழுது எலிமென்டரி ஸ்கூல்தான். நிதானமாக எட்டரை மணிக்குத்தான் ஸ்கூல் பஸ் வரும். அப்பாவும் அவளும் டைனிங் டேபிளில் ஒன்றாக உட்கார்ந்து சாப்பிட, ஏகத்திற்கு வேடிக்கையாக இருக்கும்.

“மி கோடிடா, தாமே கஃபே....” என்று எஸ்பான்யோலில் எதையாவது சொல்லிவிட்டு அப்பா சிரிப்பார். அப்பாவின் குறைபாடான உச்சரிப்பில், தீப்திக்கு அது அபத்தமாக ஒலிக்கும். சிரிப்பு சிரிப்பாக வரும். அவளுக்குப் பள்ளியில் எஸ்பானியோல் ஒரு பாடமாக இருந்தது. வகுப்பு டீச்சரோடு அவளால் சற்று சரளமாக பேசுவது மட்டுமல்லாமல் வாசிக்கக் கூட முடியும். ஆனால் அப்பா பேசும் அரைகுறையான எஸ்பானியோல் மொழிக்கு பதிலென எதையும் சொல்ல முடியாது. சிரிப்பு மட்டும்தான்.

“நம்மூர்ல கொடி மாதிரின்னா அவ்ளோ ஸ்லிம்மா இருக்குன்னுவாங்க. ஆனா ஸ்பானிஷ்ல குண்டாம்” அவளிடம் கிசுகிசுக்கும் அப்பா, உரக்க” மஞ்சரி கோடிடா. காபி கொடுடா. அட... காப்பியை தாம்மே” என்பார்

ஆரம்பத்தில் அம்மாவிற்கு, அப்பாவின் குறைபட்ட எஸ்பானியோல் பாஷையிலிருந்த செல்லக் கிண்டல்களின் பொருள் தெரியாமல்தான் இருந்தது. டாகோ பெல்-இல் ஒரு முறை கோடிடா கிரஞ்ச் (*Gordita crunch*) சாப்பிடும்போதுதான் தீப்தி அதன் பொருளை விளக்கி, அப்பா அம்மாவை, அவள் உடல் பருமனைக் கிண்டலடிப்பதை புரிய வைத்தாள்.

அதற்கு அம்மா சிரித்து விட்டு, “ஸ்பானிஷில் திருடனுக்கு என்ன சொல்வாங்க” என்றுக் கேட்டு வைத்துக் கொண்டாள்.

அதன் பிறகு, “மி அமோர், மி விடா, மி கோடிடா....” என்று அப்பா கொஞ்சல் மொழிகளுக்கு இடையே அம்மாவின் உடல்பருமனை குறிப்பிட்டு கிண்டலடித்தால்,

“மி அமோர் லேத்ரோன். மி ஸ்டுபிடோ...” என்று அப்பாவைப் பார்த்து ‘என் பிரிய திருடனே, முட்டாளே’ என்று பொருள்படஅவளும் பதிலுக்கு நாடக பாணியில் அப்பாவை கிண்டலடிப்பாள். அதெல்லாம் தான் சொல்லித்தரவில்லை என்று தீப்தி கையை விரித்து அப்பாவிடம் மறுப்பு தெரிவிக்க, அவளை பிடித்திழுத்து “மி சீலோ” என்று முத்தம் கொடுப்பாள் அம்மா. டைனிங் மேஜை முழுவதும் சிரிப்பு துகள்களாக இறைந்து கிடக்கும்.

தேங்க்ஸ் கிவிங் விடுமுறையின் போது நியூயார்க்கிலிருந்து வந்திருந்த கிருபா அங்கிளின் பெண் மரியாவிற்கு அம்மாவைப் பார்த்து அவ்வளவு வியப்பு “உங்க மம்மி சூப்பரா ஸ்மைல் பண்றாங்க” என்று. எவரையும் ஈர்த்து வைத்துக் கொள்ளும் அற்புதச் சிரிப்புத்தான் அது.

அந்த தாங்க்ஸ் கிவிங் விடுமுறைக்கு அப்புறம், நான்கு தேங்க்ஸ் கிவிங் விடுமுறைகள் கடந்து போய்விட்டன. அப்பாதான் அங்கேயே நினைவுகளாக தங்கிவிட்டார். இப்போது அம்மாவிடம் இருப்பதும் அதே மந்திர சிரிப்புத்தான். ஆனால் தீப்திக்கு அது பெரும் எரிச்சல் உண்டாக்கும் சிரிப்பாகப் பட்டது.

அவளால் அப்பாவின் மினுங்கும் கண்களையோ, உதட்டுக் கோணலையோ முன்னுச்சு மயிர்கற்றை வளைவுகளையோ மறக்க

முடியவில்லை. அவற்றையெல்லாம் எண்ணற்ற முறைகள் ஸ்க்ராப் புத்தகத்தில் நடுங்கும் கைகள் கொண்டு வரைந்து பார்த்திருக்கிறாள். எதுவும் சரியாக வந்ததில்லை. அந்த மூக்கு சப்பளிஞ்சு போய் இன்ன உரு எனத் தெரியாமல் மாறிப் போய்விட்டிருந்த கருப்பு யாரிஸ் கார் மட்டும் சரியாக வரைய முடிந்தது. அதுவும் அதன் பழுதாகாத பின்பகுதியைத்தான்.

அம்மாவால் மட்டும் இந்த சுவடுகளை எல்லாம் துடைத்துப் போட்டாற்ப் போல அதே சிரிப்புடன் சுற்றி வர முடிகிறது. அதுவும் இந்த தேங்க்ஸ் கிவிங் விடுமுறையின் போது, எதிர்வீட்டு ஜேமி அங்கிள், “‘‘நேற்று செய்த டர்க்கியில் சற்று மிஞ்சிவிட்டது மஞ்சரி. உங்களுக்கென எடுத்து வந்தேன்’’ என வந்து நிற்கிறார்.

அம்மா அதை வேண்டாமென மறுத்துவிட்டாலும், அவள் கன்னங்கள் செவ்வண்ணம் படர்ந்ததைப் தீப்தியால் கவனிக்காமல் இருக்க முடியவில்லை. ஜேமியின் விளிப்பில் மிஸஸ் மூர்த்தி, வெறும் மஞ்சரியாக மாறி விட்டிருந்தது தீப்தியை சீண்டி விட்டிருந்தது.

“வெஸ்ட் வெர்லிங்கடன் பார்க்கில், அடுத்த வாரம் ஒரு கார்னிவெல் செய்கிறார்கள். சிறு வணிகர்களுக்கு ஒரு கடைபோட்டுக் கொள்ள இடம் தருகிறார்களாம். சகாயமான வாடகை. நானும் ஜேமி வொர்க்ஸ் சார்பாக பழைய புராதன மர கலைப்பொருட்களை விற்பனைக்கு போடலாம் என்றிருக்கிறேன் உங்களுக்குத் தெரிந்தவர்களிடம் சொல்லுங்கள் மஞ்சரி’’ என்றவர், சற்று தணிந்த குரலில் “நீங்களும் வந்து பாருங்கள். இவையெல்லாம் நானே பழைய ஆண்டிக் லுக் கொண்டு செய்த கலைப் பொருட்கள் உங்களுக்கு நிச்சயம் பிடிக்கும்’’ என்றார்

“நிச்சயம் ஜேமி. சனிக்கிழமை நேரம் இருந்தால் வருகிறேன். இவளை பாட்டு வகுப்பிற்கு கொண்டு செல்ல வேண்டும்’’ என்றாள் அம்மஅ.

ஜேமி தீப்தியை திரும்பிப் பார்த்து, “பாட்டு வகுப்பு முடிந்ததும் நீயும் வாயேன். எனக்கு மேலும் சில கைகள் கிடைத்தால் வெகு ஒத்தாசையாக இருக்கும். மணிக்கு பதினோரு டாலர்கள் தருகிறேன்’’ என கண்களைச் சிமிட்டிச் சொன்னார்.

சட்டென முகத்தைத் திருப்பி, வெட்டினாற்ப் போல “அடுத்த வாரம் எனக்கு டெஸ்ட் இருக்கு. படிக்க வேண்டும்’’ என்று விடுவிடென மாடிக்குப் போய்விட்டாள். ஜேமியின் எதிரில்

மஞ்சரி நின்றிருப்பதும், அந்த சூழலின் இளகியதன்மையும் தீப்தியை தகித்துக் கொண்டிருந்தது.

ரூடியின் உறுமல் அதிகரிப்பதை உணர்ந்ததும் வேகமாக கணினியையும் புத்தகங்களையும் மூடிவைத்து விட்டு கீழே வந்தாள்.

"என் அவஸ்தையைப் புரியாமல், இத்தனை நேரம் என்ன செய்து கொண்டிருந்தாய்" என்று குற்றஞ்சாட்டும் பார்வையுடன் அவளைப் பார்த்தான் ரூடி. பீகில்ஸ் வகை நாய்களுக்கே உரிய குறைவான உயரம் கொண்டவன். குளிர்காலம் என்பதால் அதிக நேரம் அவனை வெளியில் சுற்ற விடமுடிவதில்லை. சற்று சுணக்கமாகவும் எடைகூடியும் ஆகி விட்டிருந்தான். அப்பா இருந்த போது இவனையும் கூட்டிக் கொண்டு வாரத்துக்கு நான்கு முறையாவது ஓடுவார். இப்போது அம்மா நேரம் கிடைக்கும்போது ரூடியுடன் வெளியேப் போனாலும், வாரநாட்களில் அந்த வேலை பெரும்பாலும் தீப்தியுடையது என ஆகிவிட்டிருந்தது.

"சாரிடா. ஹோம் ஒர்க் ஜாஸ்தியா இருந்தது" என்றவாறே ரூடியை கிரேட்டிலிருந்து விடுவிக்கும்போதுதான் கவனித்தாள். அவஸ்தையுடன் உறுமிக் கொண்டிருந்தவன், கால்களை நீட்டி இழுத்து ஏதோ நோட்டுப் புத்தகத்தை தாறுமாறாக கடித்து கிழித்துப் போட்டு வைத்திருந்தான்.

முதல்நாள் அவனைப் பிடித்து அமர்த்தி ஸ்கெட்ச் பண்ணலாம் என்று அங்கே அமர்ந்திருந்த தீப்தி, அந்த ஸ்க்ராப் புத்தத்தை அப்படியே போட்டு வைத்திருந்தாள். அதன் பக்கங்கள்தான் பல துண்டுகளாக சிதறிக் கிடந்தன ரூடியின் புண்ணியத்தில். அயர்ச்சியும் கோபமும் ஒருங்கே தாக்கின தீப்தியை. முதலில் அவனை வெளியில் கொண்டு சென்று வந்தால்தான் அவனுடைய அவஸ்தை தீரும் என்பதால் அவசரமாக ரூடியை அவிழ்த்து விட்டு, அவளும் குளிர்க்கோட்டும், ஷூவும் அணிந்து கொண்டு வெளிக் கிளம்பினாள்.

சற்று நடக்க ஆரம்பித்ததும்தான், அவசரத்தில் பிளாஸ்டிக் பையை எடுத்து வரவில்லை என்பது உறைத்தது. ரூடி மலங்கழித்ததும் அதை சுத்தம் செய்து அப்புறப்படுத்த பை தேவை. இப்போது திரும்பிப் போக வேண்டுமே என நினைத்துக் கொண்டிருக்கும் போதே, சாலையின் திருப்பத்தில் இருக்கும் ஸ்டாப் கம்பத்தின் அருகே அவன் ஆசுவாசமாக சிறுநீரை கழிக்க ஆரம்பித்து விட்டான். அதுதான் அவனுக்கு உகந்த மலங்கழிக்கும் வழமையான இடம்.

“தீப்திதானே.... அங்க தள்ளியிருந்து பார்த்தப்போ மஞ்சரிதானோ ஒரு நிமிஷம் நினைத்து விட்டேன்” என்றவாறே திருமதி ரானே எதிர்சாரியிலிருந்து தெருவை கடந்து இவளை நோக்கி வந்தாள். “ஹாய் ஆண்ட்டி” என்று இவளும் கையசைத்தாள்.

தாரிகா வீட்டு நாயும், குள்ள நாய் வகைகளில் ஒன்றுதான். சட்டென தீப்திக்கு அது என்ன வகை என்று நினைவில் உறைக்கவில்லஇ. பண்டு என்று அதை அழைப்பார்கள் என்பது மட்டுந்தான் நினைவில் இருந்தது.

“இன்னிக்கு இப்படிச் சுற்றி வரலாம் என வந்தேன். இவன் கொஞ்சம் ஸ்லோவாத்தான் போவான். மஞ்சரி எப்படி இருக்கிறாள்? பார்த்து ரொம்ப நாளாச்சு” என்றாள் தாரிகா.

முணுமுணுப்பாக “நல்லா இருக்காங்க ஆண்ட்டி” என்றாள் தீப்தி.

விரைவாக தாரிகா நலம் விசாரித்து விட்டுப் போனால், இவளும் வீட்டிற்குத் திரும்பிப் போய் பிளாஸ்டிக் பையைக் கொண்டு வந்து ரூடியின் அவஸ்தை வெளிப்பாடுகளை சுத்தப்படுத்தலாம். ஆனால் ரூடி இப்போதுதான் கொஞ்சம் நெகிழ்ந்து ஆசுவாசமாகி இருக்கிறான். இன்னமும் சிறிது நேரம் அந்த எல்லைக்குள் சுற்றி வந்தால்தான் அவனுக்கு முழுதிருப்தி ஆகும் என நினைத்துக் கொண்டாள்.

“இரண்டு மாசம் இருக்கும். இல்ல மூணா. ஃப்ளீ மார்கெட்டில் பாத்தேன் உங்கம்மாவை. எப்படி இளைச்சுப் போயிட்டிருந்தா தெரியுமா. பாவம்” என்றவாறே தீப்திக்கு அருகில் வந்து கைகளைப் பிடித்துக் கொண்டாள் தாரிகா.

“உன்னைப் பார்த்தால் கல்யாணத்தின் போது உன் அம்மாவைப் பார்த்தது போலவே அப்படியே இருக்கிறது. சென்னை உட்லண்ட்ஸ் ஓட்டலில்தான் உங்கம்மா கல்யாண ரிசப்ஷன். அப்ப இவர், உங்கப்பால்லாம் ஒரே ஆபீஸ்தானே.” தாரிகாவின் கண்கள் மின்னிக் கொண்டிருந்தன.

“அப்ப, எவ்வளவு உற்சாகமா இருப்பா தெரியுமா உங்கம்மா. அந்த சிரிப்பு அவ்வளவு அழகா இருக்கும். இப்ப அதில பாதி கூட இல்ல அவ. எல்லாம் வற்றி வறண்டு போய்விட்டது அப்படியே.”

ரூடி மரத்தின் பட்டையில் முதுகைத் தேய்த்துக் கொண்டான்.

பிறகு மீண்டும் மேல் பக்கமாக ஒரு பாய்ச்சல் காட்டிவிட்டு திரும்பி மரத்தடிக்கு வந்து முதுகைத் தேய்த்துக் கொண்டான்.

"மூர்த்தி போனதும் உன் அம்மாவின் உயிரில் பாதி போவிட்டது பெண்ணே. இப்பொழுது மீதம் இருப்பதும் உன் நினைப்பு கொண்டுதான்." தீப்தி ரூடியையே பார்த்துக் கொண்டிருப்பதை கவனித்து விட்டு, "என்ன பை கொண்டுவரவில்லையா? என்னிடம் இருக்கிறது. இரு இரு" என்றவாறே குனிந்து ரூடியின் தலையை வருடிக் கொடுத்தாள் தாரிகா. "இவனுக்கென்ன ஆறு ஏழு வயதிருக்குமா?"

கையிலிருந்த பிளாஸ்டிக் பைச்சுருளைப் பிரித்து, ஒன்றை மட்டும் தனியே கிழித்து எடுது, அதன் அடிப்பகுதியில் கைப்பிடித்து அப்படியே உட்புறத்தை வெளிப்புறமாகத் திருப்பி கையில் கிளவுஸ் போல அணிந்து கொண்டு, புல்தரையில் ரூடி கழிந்து விட்டிருந்ததை அப்படியே சேகரித்துக் கொண்டு, மீண்டும் பையை வெளிப்புறமாகத் திருப்பிவிட்டுக் கொண்டாள். அப்படியே பையின் முனையை ஒரே சுருட்டில் முடிந்து கொண்டாள். கை பரபரவென செய்துகொண்டிருந்தாலும், வாய் மட்டும் முணுமுணுப்பாக,

"ஆண்பிள்ளைகளுக்கென்ன. இருந்தாலும், போனாலும் அவர்களுக்கென நிம்மதியான ஒரு வழி எப்போதும் இருக்கும். பெண்பிள்ளைகளுக்கு அப்படியா. நமக்கு வழியும் கிடையாது. நிம்மதியும் கிடைக்காது. அலைக்கழிப்பு மட்டுந்தான். இன்னும் எத்தனை காலந்தான் அவளுக்கு இப்படியோ..." என்று சொல்லிக் கொண்டிருந்தாள்.

கழிவுகளை சுத்தம் செய்த பையோடு நிமிர்ந்தவள், பிறகு. ஏதோ நினைவு வந்தவர் போல,

"மஞ்சரியின் அம்மா இந்தியாவில்தானே இருக்கிறார்?" எனக் கேட்டாள்.

தீப்தி உதட்டை அழுத்திக் கொண்டு, "இல்லை ஆண்ட்டி. பாட்டி இஸ் நோ மோர்" என்றாள்.

"அடடா, இது எப்போ? எனக்குத் தெரியவே தெரியாதே" என்று இரண்டு ஆண்டுகளுக்கு முன்னால் இறந்து போன மஞ்சரியின் தாயாரைப் பற்றி அப்பொழுது துக்கப்பட்டாள் தாரிகா.

ஒரு கையில் ரூடியின் கழிவுப் பையும் இன்னொரு கையில் பண்டுவைப் பிடித்துக் கொண்ட கயிற்றுடன், தீப்தியை பற்றி இழுத்து அணைத்துக் கொண்டாள் தாரிகா.

“பாட்டி போனால் என்ன, நீதான் அம்மாவுக்கு அம்மாவென அப்படியே வளர்ந்து நிற்கிறாயே பொண்ணே. எப்போதும் சந்தோஷமாக இரு” என்று சொல்லிவிட்டு, திரும்பிச் செல்லும் முன்னர், மீண்டும் கையைப் பிடித்துக் கொண்டு“மஞ்சரியையும் சந்தோஷமாக பார்த்துக் கொள் என்ன” என்று தீப்தியின் தோளைத் தட்டிக் கொடுதந்தாள். அதற்குள் பண்டு பொறுமையிழந்து இழுக்க, ஆடிக் கொண்டே அவனுடன் நடக்க ஆரம்பித்தாள் தாரிகா.

வீட்டிற்குத் திரும்பியபோது, அம்மா வந்துவிட்டிருந்தாள் என்பது கராஜில் இருந்த காரைப் பார்த்ததும் தெரிந்தது. ரூடிக்கான தட்டில் ஓட்மீலும் சிக்கனும் கலந்த உணவை இட்டு அவன் அதை மோப்பம் பிடித்து சாப்பிடும் மூடிற்கு வரும்வரைக் காத்திருந்தாள். எப்போதும் உடனே கிரேட்டிற்குள் தள்ளிவிட்டு மாடிக்கு ஓடிவிடுவாள்.

அவன் கிழித்துப் போட்டிருந்த பேப்பர் தூள்களை கூட்டிப் பெருக்கி குப்பையில் போட்டுவிட்டு டிவி முன் அமர,

“ந்தா கிடக்குப் பாரு உன் ஸ்க்ராப் புக். இது ஏன் கிழிஞ்சிருக்கு” என்று பிய்ந்து போன பாதி ஸ்க்ராப் புத்தகத்தை எடுத்துக் கொண்டு வந்தாள் மஞ்சரி. அருகில் வரும்போதுதான் தீப்தியின் முகம் கோணிக் கொண்டிருப்பதை கவனித்துவிட்டு, பதட்டமாக “என்னாச்சும்மா, ஆர் யூ ஆல்ரைட்?” என்று தீப்தியின் பக்கத்தில் சட்டென அமர்ந்தாள்.

அந்த ஸ்க்ராப் புத்தகத்தில், தீப்தி வரைந்து பாதியில் விட்டிருந்த கருப்பு யாரிஸ் கார் பக்கம் பாதி கிழிந்து இருந்தது. தீப்தி விம்ம ஆரம்பித்தாள். அவள் வரையாமல் விட்டிருந்த நசுங்கிய முன்பகுதியில்தான், மூர்த்தி சீட்டோடு பிணைக்கப்பட்டு கிடந்தான் என பிறகு சொன்னார்கள். ஜேஸ்டன்வில் ஹெரால்டு பத்திரிகையில் வெளியான அந்த நசுங்கிய காரின் முழுப் படமும் தீப்தியின் நினைவில் அப்படியே இருந்தது.

அந்த நோட்டுப் புத்தகத்தை கையில் பிடித்துக் கொண்டு கண்கள் கரைய அப்படியே அம்மாவின் தோளில் சாய்ந்து கொண்டாள் தீப்தி. அப்பொழுதுதான் அந்தக் காகிதத்தில் இருந்த

படத்தை மஞ்சரியும் பார்த்தாள். அந்த படத்தின் முழு பரிணாமத்தை உணர்ந்ததும் திடுக்கிட்டுப் போன மஞ்சரி, தீப்தியை திரும்பிப் பார்த்தாள்.

"எல்லாத்தையும் கிழிச்சு வச்சிருக்கான்ம்மா", சாப்பாட்டு தட்டில் மூக்கைத் தேய்த்து நாக்கை சுழட்டி நக்கிக் கொண்டிருந்த ரூடியைக் காட்டினாள். "நேத்து இவனை வரையத்தான் வந்து ஒக்காந்தேன். இன்னிக்கு அந்த புக்கை.... எல்லா படத்தையும்.... சரியான ஸ்டுப்பிடோ... லேப்ரதோ.. ." என்று அவனைச் சுட்டிக் காட்டி கையை உதறிக் கொண்டு விம்மல்களிடையே வெடித்தாள் தீப்தி.

தீப்தியின் அரற்றல்கள் மஞ்சரியை நிலைகுலைய வைத்தன. படபடவென டொமினோக்கள் சரிந்து விழுவது போல இருவரும் பொலபொலவென உடைந்து போய் கைகளைச் சுற்றி ஒருவரை ஒருவர் பிணைத்துக் கொண்டனர். பேசுவதற்கு என சேகரித்து வைத்திருந்த சொற்கள் எல்லாம் அந்த கண்ணீர் பிரவாகத்தில் அடித்துச் செல்லப்பட்டுக் கொண்டிருந்தன.

வேகமாக வந்து அவர்களிடையே இடம் தேடி அமர்ந்து கொண்ட ரூடி, இருவரையும் மாறி மாறி முகர்ந்து பார்த்துவிட்டு முகத்தை அவர்களின் மடிக்கு இடையே வைத்துக் கொண்டு படுத்துக் கொண்டது.

"சனிக்கிழமை கார்னிவெல் போகலாமாம்மா. எனக்கு அந்த பழைய ஆன்டிக் லுக்கெல்லாம் இதில எப்படி கொண்டு வராங்கன்னு பாக்கனும். ஷூட் பி இன்ட்ரெஸ்டிங்க்" என்றாள் தீப்தி கண்களைத் துடைத்துக் கொண்டு. மஞ்சரியின் கைகள் தீப்தியை இன்னமும் இறுக்கிக் கொண்டன.

செந்தாழை

சிப்பாய் சாவடியை ஒட்டிய பாலத்தின் வளைவில் திரும்பும்போதே செந்தாழை கவனித்து விட்டாள். அன்னத்துடைய பூக்கடைக்கு எதிரே போலிஸ் நின்று கொண்டிருப்பதை.

'இந்நேரத்துக்கு என்ன போலிஸ்' என ஒரு பதைபதைப்பு வந்தது. வலப்பக்கம் எட்டி, செட்டியார் மளிகைக் கடையைப் பார்த்தால், ஏறுவெயிலுக்கென இழுத்து விடப்பட்ட முன்பக்க மறைப்பிற்கு பின்னால், இராமப்ப செட்டியார் ஃபோன் பேசிக் கொண்டிருந்தார். இன்னமும் சாப்பாட்டிற்கு கிளம்பவில்லை. இடுப்பில் இருந்த குடத்தை ஏற்றி வைத்துக் கொண்டு, சிமிட்டி பாதையில் ஏறிப் போகும்போது, அன்னம் அவளைப் பார்த்துவிட்டாள்.

'ந்தா, செந்தி வந்திருச்சே. உன்னத்தான் கேக்கிறாரு' என்றாள். குரலில் ஒருவித அலுப்பு. கட்டிக் கொண்டிருந்த மாலையை தூக்கி நிறுத்தி அளவு பார்த்துவிட்டு மேல் கொக்கியில் தொங்கவிட்டாள். டிவிஎஸ் 50ஐ நிறுத்தி ஸ்டாண்ட் போட்டுவிட்டு, தன் தொப்பியை சரிசெய்து கொண்டே திரும்பிய ஏகாம்பரம், நடைமேடையில் போய்க் கொண்டிருந்த செந்தாழையைப் பார்த்துவிட்டு,

'இந்தம்மாதானா... தோப்புக்கொல்லை பக்கம்னு அட்ரஸ்ல போட்டிருந்துச்சு. அங்கப் போனா, சாவடில இருக்கும்னுட்டாங்க' என்றார்.

இன்று வியாழக்கிழமை. செட்டியார் வாரக்கணக்கை தீர்த்து வைக்கும் மூடில் இருப்பார். வெள்ளிக்கிழமை என்றால் யாருடைய கணக்கு சிட்டையையும் திறக்கமாட்டார். ஏகாம்பரத்தை பார்த்து, 'தா வந்திர்றேன்' என்பது போல கெஞ்சலாக தலையை ஆட்டிவிட்டு, செட்டியார் கடைக்குள் நுழைந்தாள் செந்தாழை.

சாவடி திடலுக்கு இந்தப் புறம் ஆறு கடைகள். அந்தப்புறம் நாலு கடைகள். நடுவில் சின்ன கொட்டடியில் வேண்டாத மரச்சாமான்கள் போட்டு வைத்திருப்பார்கள். சுற்றி இருக்கும்

நடைமேடையை நாளைக்கு ஒருமுறை கூட்டிப் பெருக்கி, இரண்டு தடவை கடைகளின் முகப்பில் முறைவாசல் செய்து, தண்ணீர் பிடித்து வைக்க வேண்டும். கொட்டடியின் வெளிச்சுவரில் இருக்கும் பிள்ளையார் படத்திற்கும், காந்தி படத்திற்கும் பூ வைத்து, ஊதுபத்தி கொளுத்தி வைக்க வேண்டும். ஒரு காலத்தில் இந்த திடலில் காந்தி வந்து பேசியிருக்கிறார் என்பார்கள். அப்பொழுது வந்த தினசரி பேப்பரில் வெளியான காந்தியின் படத்தைத்தான் ஃப்ரேம் போட்டு மாட்டி வைத்திருக்கிறார்கள். இதே போல், எதிர் வரிசையில் இருக்கும் பஸ்டாண்ட் அவுட்போஸ்ட்டுக்கும் அவள்தான் தண்ணீர் கொண்டு போய்க்கொண்டிருந்தாள். இப்பொழுதெல்லாம் ரங்கசாமியிடம் கேன் வாங்க ஆரம்பித்து விட்டார்கள். ஏதோ இராமப்ப செட்டியார் புண்ணியம். சாவடியில் அவளுக்கு வேலை இருந்து கொண்டிருக்கிறது. பத்து கடைகளுக்கும் சேர்த்து அவர்தான் பொதுகணக்கு பார்த்துக் கொண்டிருந்தார். இந்த நேரம் பார்த்து போலிஸ் வந்திருப்பதைப் பார்த்தால், இன்று பொழுது போய்விடும் போலிருக்கிறது.

தண்ணீர் வைத்து, டம்ளர்களை கழுவி துடைத்து வைத்து விட்டு, வாசலுக்கு வந்தவள், ஈரத் தலைப்பை தோளோடு பற்றிக் கொண்டு, காலை மாற்றி மாற்றி நின்று கொண்டிருந்தாள். செட்டியார் போனை வைப்பது போலத் தெரியவில்லை. இவளை நிமிர்ந்து ஒரு நொடி பார்த்துவிட்டு பேச்சைத் தொடர்ந்தார். கடையில் உளுத்தம் பருப்பை நிறுத்து பாக்கெட்டில் போட்டுக் கொண்டிருந்த காளியப்பன், அவளைப் பார்த்து 'ன்னா, போலிஸ் வந்திருக்கு. ஐட்டங்காரனுக்கு எதுவும் ஏழராயிட்டா? கொஞ்ச நாளா சவுண்டு இல்லையேன்னு நினச்சேன்' என்றான்.

நான்கைந்து ஆண்டுகள் முன்னர், மந்தையம்மன் கொடையின் போது, இந்த திடலில்தான் வள்ளி திருமணம் நாடகம் போட்டார்கள். அப்போது ஏற்பட்ட கலாட்டாக்களால், சாவடி கடைக்காரர்கள் யாரும் மாணிக்கத்தை பெயர் சொல்லிக் கூப்பிடுவதில்லை. ஐட்டங்காரந்தான்.

வெளியில் ஏதோ சத்தம் கேட்கிறதே, என திரும்பிப் பார்த்தால் அன்னத்தின் கடைக்கு முன்னால், ஏழெட்டு பேர் கூடி விட்டிருந்தனர். வீடியோ கடை ரபீக், கம்ப்யூட்டர் சாம்சன், சலூன் கடை புன்னூஸ் என பலரும், போலிஸ் தலையைப் பார்த்தவுடன் வந்துவிட்டிருந்தார்கள். போட்டோ ஸ்டூடியோ

இன்றைக்கு திறக்கவில்லை. காண்ட்ராக்டர் அருள்தாஸ் வெளியூர் போயிருந்தான். மற்ற கடைகளில் ஆள் இல்லையோ என்னவோ. ஏகாம்பரம், தொப்பியை எடுத்து, தலையைக் கர்சீப்பால் ஒற்றிக் கொண்டே ஏதோ சொல்லிக் கொண்டிருந்தார்.

என்ன அக்கப்போர் செய்து வைத்திருக்கிறான் என்று தெரியவில்லை. இன்று செட்டியாரை விட்டால் அப்புறம் சனிக்கிழமையில்தான் வாரக்கூலி கிடைக்கும். நீர் ஊறியிருந்த முந்தானையை உதறி, இடுப்பில் செருகிக் கொண்டு, என்ன செய்வது என்பது போல காளியப்பனைப் பார்த்தாள். வெளியில் அன்னம் 'ஐயோ...ஐயோ.... செந்தீ.... யம்மா....' என பெருங்குரலெடுத்து கத்துவது கேட்டது.

பதறியபடி கடையிலிருந்து இறங்கி ஏகாம்பரத்தை சுற்றியிருந்த கூட்டத்தை நோக்கி ஓடினாள்.

'ஏய்.... கத்தாத. அங்க அய்யா வெயிட் பண்ணிட்டிருக்கார். டிவிக்காரங்கள்லாம் வந்திருவாங்க. எங்க அந்தம்மா' என்றபடியே, ஏகாம்பரம் இவள் ஓடிவரும் திசைப்பக்கம் திரும்பினார்.

இப்போது முக்கு ஆட்டோ ஸ்டாண்டிலிருந்து இன்னமும் பேர் வர ஆரம்பித்தனர். தராசை விட்டுவிட்டு காளியப்பனும் இறங்கி வர, செட்டியார் போனை அவசர அவசரமாக வைத்துவிட்டு சேரிலிருந்து எழுந்து, வெயில் மறைப்பைத் தூக்கி இவர்களைப் பார்த்தார்.

'என்னாச்சு சாரு...' என அவள் கேட்பதற்குள், அன்னம் வேகமாக வந்து அவளைக் கட்டிப் பிடித்துக் கொண்டாள்.

'பாவி... பாவி... இருந்தும் கெடுத்தான்... செத்தும் கெடுத்தான்னுவாங்களே. இப்படி ஆக்கிட்டுப் போயிட்டான் பாருடி...'

அவள் கத்தி முடிக்கட்டும் என்பது போல ஏகாம்பரம் சற்று மௌனம் சாதிக்க, குழப்பத்துடன் இருந்த செந்தாழையைப் பார்த்து சாமித்துரை சொன்னான்.

'அம்மாவயல் பாலத்தாண்ட நேத்து நைட்டு பெரிய சம்பவமாத்தா. நாலஞ்சு பேர் காலி. அண்ணனையும்....' என்று சொல்லி நிறுத்தினான்.

ஏகாம்பரம் 'நீதானம்மா, மாணிக்கத்தோட அம்மா. இந்த மொசைக் மாணிக்கம்னு ஐட்டங்காரனாமே.' என்றார்.

எப்பவும் ஏதாவது வம்பு வழக்காடு என்றுதான் மாணிக்கம் பெயரில் வரும். அதற்கே ஸ்டேஷன், கோர்ட்டு ஜாமீன் என அலைய அவளிடம் பொழுதிருக்காது. இன்றைக்கு ஏதோ சம்பவம் என்கிறார்கள். சட்டென செய்தியின் கோரம் முழுமையாகப் புரிந்தது செந்தாழைக்கு. முகமெல்லாம் இளகி கண்ணீர் கரைகட்டிவிட்டது கண்களில். புரிந்தது என்பதற்கு பொருளாக தலையை மட்டும் அசைத்தாள். அன்னம் பட்பட்டென தலையை அடித்துக் கொண்டு 'இப்படி ஒரு பொறப்பும் இதுக்கு ஒரு சாவும் வேணுமா' என்று அழுதாள்.

ஏகாம்பரம் கையிலிருந்த வாட்சை திருப்பி பார்த்துவிட்டு, 'இந்தாரும்மா, சோகந்தான். கஷ்டந்தேன். என்னா செய்யறது. இது பெரிய கோஷ்டி சம்பவம். மொண்டிக்குளம் பாபுன்னு பெரிய ஆளுக்கு ஸ்கெட்ச்சு போட்டிருக்காங்க. ஏழெட்டு காஷுவாலிட்டி. உம்பையனும் ஒண்ணு. கொஞ்சம் ஆசுபத்திரிக்கு வந்து அடையாளம் காட்டிட்டுப் போயிடு. அய்யா அங்க ஸ்டேசன்ல வெயிட்டிங்ல இருக்கார்' என்றார். கம்பீரமாக தொடங்கிய அவர் குரல் மெல்ல மெல்ல தேய்ந்து பரிதாபமாகிவிட்டிருந்தது.

அதற்குள் செட்டியார் கடையிலிருந்து இறங்கி அங்கே வந்துவிட்டார். 'என்னாச்சு. மாணிக்கத்தையா... எப்படி...' என்றபடி வந்தார்.

ஏகாம்பரம் இப்போது சற்று மரியாதையை சேர்த்துக் கொண்டு, 'நைட்டு ரெண்டு, மூணு மணின்னாங்க. ரவியண்ணன் குரூப்புக்கும், மொண்டிக்குளம் குரூப்புக்கும் சம்பவம். ரொம்ப நாளாவே நடக்கும்னுதான் நினச்சிட்டிருந்தோம். இப்ப காமாட்சிபுரத்தில் காம்ப்ளக்ஸ் வருதில்ல. அந்த காண்ட்ராக்ட்டு பஞ்சாயத்துல வெட்டிக்கிட்டாய்ங்க. ஏழெட்டு அவுட்டாயிடுச்சு' என்றார்.

'பெரிய சம்பவம் சார். மாணிக்கண்ணந்தான் ஸ்கெச்சாம்' என்றான் சாமித்துரை.

ஏகாம்பரம், செந்தாழையை பாத்து 'சின்னப் பையன்னாங்க. இன்னும் ஃபைலே இல்ல எங்கட்ட. இப்படி போய் செஞ்சுட்டிருக்கானே. அதான் உன்ன கூட்டியாந்துடனும்னு அய்யா சொல்லிட்டார்' சற்று திரும்பி சாமித்துரையைப் பார்த்து 'ஆட்டோல கூட்டிட்டு வந்திடறியாடா நீயு' என்றார்.

சாமித்துரை திரும்பி சகாக்களைப் பார்த்து போய்வருகிறேன் என்பது போல கையசைத்துவிட்டு, செந்தாழையைப் பாத்து 'வா ஆத்தா, இப்படி...' என்றவாறு திரும்பி ஆட்டோவை நோக்கி நடந்தான்.

செட்டியார், துயர் நிறைந்த குரலில் 'எப்படி வந்திருக்க வேண்டிய புள்ள. இப்படி வெட்டிக்கிட்டும் குத்திக்கிட்டும் போயிருச்சே. இப்பவும் உன் ஊட்டுக்காரர் கையப் புடிச்சுக்கிட்டு சின்னப்புள்ளயா வந்து நின்னதெல்லாம் அப்படியே கண்ணு முன்னாடி வருது. இந்தக் கடையெல்லாம் ஆறுமுகம் கட்டினதுதான. அப்ப மாணிக்கத்துக்கு என்ன... ரெண்டு மூணு வயசிருக்குமா' என்றார்.

செந்தாழை அவர் பேசுவதையே பார்த்துக் கொண்டு நின்றிருந்தாள். தொண்டைக்குழி ஏறியிறங்க, கண்ணில் நீர் வழிந்து கொண்டேயிருந்தது.

'பாத்துப் போயிட்டு வா. பெரியாஸ்பத்திரிக்குத்தான சார்' என்றார் ஏகாம்பரத்தைப் பார்த்து.

'அதுக்கு பின்னாடி சார், சின்னதா ஒரு கரட்டு ரோடு ஒண்ணு போவும். அங்கத்தான் மார்சுவரி.' என்றார் ஏகாம்பரம்.

சட்டைபையிலிருந்து நோட்டுக் கற்றைகளை எடுத்து அவள் கையில் திணித்துவிட்டு, 'மதியமேட்டு காளியப்பனை ஸ்டேசன் பக்கம் வரச்சொல்றேன். அங்கிருந்து கடைக்கு போன் பண்ணுத்தா. உன் ஊட்டுக்காரரோட நல்ல மனசுக்கும் அதுக்கும், எப்படி எப்படியோ வந்திருக்க வேண்டிய புள்ள. இப்படி...' என்று சொல்லிவிட்டு, கையை காற்றில் வீசியபடிக்கு, சோர்வுடன் கடைக்கு திரும்பி நடந்தார்.

பணம் வைக்கப்பட்ட கைகளை கூப்பியபடி அவர் போவதையேப் பார்த்துக் கொண்டிருந்தாள் செந்தாழை. அன்னம் தொட்டு திருப்ப, வந்து நின்ற சாமியின் ஆட்டோவில் ஏறி உட்கார்ந்தாள். ஏகாம்பரத்தின் டிவிஎஸ் ஃபிஃப்டியை தொடர்ந்தபடி நூறடி ரோட்டுக்கு ஆட்டோவை திருப்பினான் சாமி.

'அண்ணன் பேர்ல கேஸே கெடயாது ஆத்தா. ஆனாலும் செம வலு டவுன்ல. பேரைக் கேட்டாலே டெரர்தான். இப்படி செஞ்சிப்பிட்டாங்களே', சாமி, ஆட்டோ கண்ணாடி வழியே பின் சீட்டிலிருந்த செந்தாழையைப் பார்த்து புலம்பினான். அவனுக்கு

எப்படியும் மாணிக்கத்துடன் பழக்கமாகிவிட வேண்டும் எனும் ஆர்வம் இருந்தது. ஆளு, பொருளு, காசு ஓட்டம் என என்ன ஒரு கெத்து.

கூட்டுத் தெரு தாண்டி வலதுபக்கம் திரும்பும் போது, செந்தாழை அவன் முதுகைத் தொட்டாள். வாயை மூடிக் கொண்டிருந்த முந்தானையை எடுத்து, துக்கம் கமறும் குரலில் 'அப்படிக்கா கோவிலாண்ட செத்த நிறுத்தேன். ஒரு நிமிட்டுல வந்திடறேன், என்றாள்.

பின்னாடி வந்து கொண்டிருந்த ஏகாம்பரத்திற்கு சைகை காட்டியபடி, சாமி வலதுபக்கம் ஓரமாக ஆட்டோவை நிறுத்தினான். முன் மதிய வேளையில் மந்தையம்மன் கோவில் வாசலில் அவ்வளவு கூட்டம் இல்லை. ஏகாம்பரம் கால்களைத் தேய்த்து தனது வண்டியை நிறுத்தியபடி 'என்னாச்சுய்யா...' என்றார். 'ஒரு நிமிட்டாம்ண்ணே. இதோ இங்கதான் போயிருக்கு' என்றான் சாமி.

கோவில் வாசலில் இருந்த ஓலைத்தடுப்பு கடையில், 'ஒரு கற்பூரத் துண்டு கொடுய்யா' என்றபடி நின்றிருந்த செந்தாழையைப் பார்த்தார் ஏகாம்பரம். ஏனோ அவசரப்படுத்த நினைப்பில்லாமல், வாட்சை மட்டும் பார்த்துவிட்டு, வண்டியை ஸ்டேண்ட் போட்டு நிறுத்தினார்.

கோவிலின் வாசலில் இருந்த கருங்கல் படியில், நடுவில் இருந்த வட்ட இலச்சினையில் கற்பூரக்கட்டியை வைத்துவிட்டு, வாசல் ஓரத்தில் நிழலில் ஒருக்களித்து படுத்துக் கொண்டிருந்த கிழவியிடம் தீப்பெட்டி வாங்கிவந்து கற்பூரத்தைப் பற்ற வைத்தாள். கட்டியின் மேல் நின்ற தீப்பிழம்பு, நெளிந்து ஆடியது. படியின் பக்கத்தில் மரத்தாலான சரிவைப் பற்றியபடி அப்படியே தரையில் உட்கார்ந்து நேரேப் பார்த்தாள். நூறடி தூரத்தில் பச்சை பட்டுக்கட்டியபடி அம்மன். கண் வில்லைகள் இரண்டும் இவளைப் பார்த்துக் கொண்டு, கற்பூர சுடர் போல ஆடி ஆடிக் காட்டின.

'இப்ப என்னத்துக்கு கும்பிட்டுக்கிட்டு. அதான் போயிட்டானே. உள்ளல்லாம் போகக் கூடாதும்மா' என்றபடி அவள் அருகில் வந்தார் ஏகாம்பரம். அவருக்கு இப்போது இன்ஸ்பெக்டர் ஐயாவின் அவசரம், டீவிக்காரர்களுக்கு சொல்ல வேண்டிய ஸ்கூப் நியூஸ் எல்லாம் மறந்துவிட்டிருந்தது. என்னவோ நினைவுக்கு வந்தவள் போல, செந்தாழை, அவரை நிமிர்ந்துப் பார்த்து, கண்ணீருடன்,

‘இந்த மரப்பாதையில்தான், அவனை நடத்திக் கூட்டிப் போவார் சார் அவங்கய்யா. செட்டியார் சொன்னார்ல. சாவடி கடைல்லாம் கட்டுவிடும் போது இவருதான் மேஸ்திரி. அப்ப மாணிக்கத்துக்கு 2 வயசு முடியப் போவுது. ஆனா நடக்க மாட்டான். பாதம் இப்படி உள்ளாற வளஞ்சு கட்டவிரல் சூம்பி இருக்கும். தோ, அந்த முக்குலதான் ஆஸ்பெஸ்டாஸ் போட்டு ஷெட்டுல குடியிருந்தம். இவங்கய்யா, நெதம் கோவிலுக்கு கூட்டிட்டு வந்து, இந்த ஏறுமேடைல அவன மேலுங்கீழுமா நடக்க வைப்பாரு. காலை அழுத்தி வச்சு நடந்து பழகறதுக்கு. அப்புறம் இந்தத் தெரு முழுசும் அவன் ஓடியாடிட்டிருந்தான்’. அவள் பேசப்பேச அவள் முகம் அழுகையில் இன்னமும் கலங்கிப் போனது.

‘அறுதலி வளத்த புள்ளதான் சார். ஆறு வயசாறதுக்கு முன்னமே அவங்கய்யா போயிட்டாரு. ஆனாலும் நல்லாத்தான் வளத்தேன். ஒரு பொல்லாப்பும் இல்லாமத்தான் இருந்தான். எந்தக் கண்ணு பட்டுச்சோ, இப்ப அயிட்டங்காரன்னு பேரு வாங்கி, எத்தன பேரு சாபம் ... எத்தன பேரு வயத்தெரிச்சலு...’ அவள் குரல் கம்மியது.

‘கேட்டீங்கள்ல செட்டியார் பேசினத. இம்புட்டு நாள்ல இன்னிக்குத்தான் என் காதார அவனப் பாராட்டி நாலு வார்த்த கேட்டேன். காலை மடிச்சு மடிச்சு தெருவெல்லாம் ஓடின அந்த பழய மாணிக்கத்த இன்னிக்குத்தான் எங்கண்ணுல பாக்க முடிஞ்சது சார். இந்த மந்தையம்மாதான் அந்த ஆவிக்கு நல்ல வழி காட்டனும்’ பேச்சு முடியாமல் கேவல் வந்தது.

‘சரி வந்து வெசனப்பட்டுக்கிடலாம். லேட்டாயிட்டே இருக்குப் பாரு. அய்யா டென்ஷன் ஆயிட்டார்னா கெட்டகெட்ட வார்த்தைல கேப்பாரு. வெரசா போலாம் வாத்தா’ என்றார் ஏகாம்பரம்.

கலங்கி வெளிறியிருந்த முகம், இன்னமும் கோணியது. ‘இப்படி அயிட்டங்காரன்னு நாலு பேர் வாய்ல விழுந்து ஏச்சும் பேச்சும் வாங்கிக்கிட்டு. என்றய்யா...’ கதறினாள்.

‘இப்பப் பேசி என்ன. நீ சுருக்க வா. அங்க என்ன ஓடிட்டிருக்கோ’ என்று சொல்லிவிட்டு, ஏகாம்பரம் வண்டியை எடுத்தார்.

முகத்தை துடைத்துக் கொண்டவள், ‘என்னிக்காச்சும் திருந்தி, எனக்கு வச்சு கஞ்சி ஊத்துவான்னு இருந்தேன்.... இப்படி என்ன

முந்திக்கிட்டானே...' முந்தானையை வாயில் பொத்திக் கொண்டபடி எழுந்து ஆட்டோவில் ஏறிக்கொண்டாள்.

ராகசுதா தியேட்டர் தாண்டி வலப்பக்கத்தில் இருக்கும், அறுபதடி விளம்பர போர்டுக்கு அடுத்துத்தான் பெரியாஸ்பத்திரிக்கு போகும் வழி இருந்தது. பின்னாடியே ஏகாம்பரம் சொன்ன கரட்டு பாதை. பறவை எச்சங்களால் வண்ணமழிந்த போர்டில் மார்ச்சுவரி என எழுதியிருக்க, தனிக் கட்டடமாக இருந்தது. காம்பவுண்டில் நுழைந்து, சாமியின் ஆட்டோ, அரைவட்டமடித்து நிற்க, மூடிவைத்த நடைக்கதவின் முன்னால் நின்றிருந்த முருகேசன் தலையை எக்கிப் பார்த்தான். பீன்னாடியே ஏகாம்பரத்தின் டிவிஎஸ்50 வருவதைக் கண்டதும், படியை விட்டு இறங்கி கீழே வந்தான். இடது உள்ளங்கையில் வைத்து தேய்த்த பாக்குத்தூளை பல்லுக்கும் கீழுதடுக்கும் இடையே அழுத்தி வைத்துக் கொண்டு,

'என்ன சார், உங்க ஸ்டேஷன்லேந்து எனக்கு போன் மேல போன் வருது நீங்க ஆப் பண்ணிட்டீங்களா' என்றான் ஏகாம்பரத்தைப் பார்த்து.

பதிலேதும் சொல்லாமல், செந்தாழையைப் பார்தது, உள்ளே வா எனத் தலையை ஆட்டிவிட்டு, கர்சீப்பை எடுத்து மூக்கிற்கு மேல் வைத்துக் கொண்டு மார்ச்சுவரி கட்டடத்தின் படிக்கட்டுகளில் ஏறினார். முந்தானையை முகத்தில் வைத்து மூடியபடி செந்தாழையும் பின்னாலேயே ஏறினாள். பின்னாடியே வந்த முருகேசன், தூணுக்கு அருகிலிருந்த மேஜையின் மேலிருந்த கெட்டியட்டை ரெஜிஸ்தரை எடுத்துக் கொண்டு, அவளருகில் வந்து,

'யாருக்குன்னு வந்திருக்கம்மா நீயு?' என்றான். செந்தாழை மையமாக தலையாட்டினாள்.

'அம்மாவயல் சம்பவமா?' வேகமாக முன்னால் போய்க் கொண்டிருந்த ஏகாம்பரத்தைப் பார்த்து, 'சார் அந்த பாடில்லாம், மேக்கால ரூம்ல இருக்கு சார். ரைட்டுல இருக்கற டோர் பாருங்க' என்றான். பிறகு செந்தாழையிடம் 'அம்பது ரூவா வச்சிருக்கியா' என்று தணிந்த குரலில் கேட்டான். அதற்குள், ஏகாம்பரம் திரும்பி 'சீக்கிரம் வாத்தா. அப்புறமா துக்கம் கொண்டாடிக்கலாம்' என்றார். 'உள்ள வை. போகசொல்ல வாங்கிக்கறேன்' என்றவாறே முருகேசன் படிகளை தாவி, மார்ச்சுவரியின் வலதுபக்க கதவுக்கு போனான்.

ஏகாம்பரம், தயக்கத்துடன் கதவைத் தள்ளினார். குப்பென குளிர்க்காற்றும், மருந்து வாடையும், மக்கிய கூள வாடையும் கிளம்பியது. தயக்கத்துடன் உள்ளே நுழைய, வயிற்றைப் பிரட்டும் மக்கும் உடல்கள் வாடையை மூக்கு உணர ஆரம்பித்தது. கர்சீப்பால் இன்னமும் அழுத்தமாக மூக்கைப் பிடித்துக் கொண்டே கேட்டார்,

'அந்த ஸ்கெட்ச்சு போட்டானே, மாணிக்கம். அவன் பாடி எங்கடா' என்றார்.

'அதுவா, அந்த சைடு டேபிளுக்கு வாங்க' என்று சொல்லியபடி, அறையில் முன்பகுதியிலிருந்த டேபிள்களைத் தாண்டிப் போனான்.

செந்தாழை பிரமைப் பிடித்தபடி அவர்கள் பின்னால் செலுத்தி விட்டது போலப் போனாள். மூலையில், இரண்டு பக்கச் சுவர்களையும் இணைத்து, முக்கோணம் ஆக்கியது போல குறுக்காகப் போட்டிருந்த மேஜையில் பச்சைப் போர்வை போர்த்திக் கிடந்த உடலை, விரலால் இருமுறைத் தொட்டுக் காட்டினான் முருகேசன். 'இதுதான். 26 டோ டாக். இதுதான் இதுவரை ஐடென்டிஃபை ஆவல'. கையில் வைத்திருந்த ரிஜிஸ்தரை பிரித்து மங்கிய ஒளியில் கண்ணுக்கு கிட்டே வைத்துப் பார்த்தான்.

'மூஞ்சைக் காமிடா. அந்தம்மா பாக்கட்டும்' என்றார் ஏகாம்பரம். செந்தாழை இப்பொழுதே கேவி கேவி அழத் தொடங்கியிருந்தாள். முகத்தை மூடியிருந்ததால் கமறலாய் கேட்டது அழுகை.

பிணத்தின் மேலிருந்த துணியை, ஒருபுறமாக முருகேசன் விலக்கினான். விரிந்து, வானை நோக்கியபடி கிடந்த ஒரு ஜோடி பாதங்கள்தான் வெளியே வந்தன. கால் கட்டை விரலில் மாட்டியிருந்த அட்டையில் '26' என கருப்பு மசியில் பெரியதாக எழுதி சுழித்திருந்தது.

'டேய். மூஞ்சி இந்தப் பக்கம். இப்படி திருப்பு' என்று சொல்லிக் கொண்டு, ஒரு அடி முன்னே வைத்தார் ஏகாம்பரம். சட்டென நினைவுக்கு வந்தாற்ப் போல, 'காலை மூடாதடா. இந்தாத்தா, சின்ன வயசில கட்டவிரல் சூம்பிப்போய் கால் வளஞ்சிருக்கும்னியே' என்றார் குழப்பத்துடன்.

அதற்குள் முருகேசன் இந்தப் புறம் பிணத்தின் முகம் வெளிப்படும்படி போர்வையை விலக்கினான்.

தலையை நீட்டி, பிணத்தின் முகத்தை பார்த்த செந்தாழைக்கு, ஏகாம்பரத்தின் கேள்வி முதலில் காதில் எட்டவில்லை. 'இங்க பாருத்தா' என்று அவர் அவளைத் தொட்டு திருப்பி, விறைத்து நின்ற பாதங்களையும், டேக் கட்டியிருந்த கட்டை விரலையும் காட்டினார். 'பிணத்தின் முகத்தையும் கால்களையும் மாறிமாறி பார்த்துவிட்டு, முகத்தை முந்தானையால் முழுவதும் மூடிக்கொண்டு குலுங்கி குலுங்கி அழ ஆரம்பித்தாள். முருகேசன், ஏகாம்பரத்திடம் திரும்பி 'இதானா' என்பது போல குழப்பத்துடன் பார்த்தான்.

'இதில்ல... என்றய்யா... இதில்ல...' என்று கைகளால் மாறிமாறி மாரில் அடித்துக் கொண்டு அழ ஆரம்பித்தாள் செந்தாழை. இன்னும் இரண்டடி முன்னே வைத்து, பிணத்தின் மேலிருந்த போர்வையை பற்ற, அது கையோடு நழுவி வந்தது. அப்படியே, அந்த பிணத்தின் மேல் சாய்ந்து, ஓங்கிக் குரலெடுத்து அழ ஆரம்பித்தாள். 'என்றய்யாஆஆ'.

முருகேசன் நீட்டிய ரிஜிஸ்தரை, புறம் தள்ளிவிட்டு, பொறு என்பது போல சைகை செய்தார் ஏகாம்பரம். காட்டமாக மூக்கைத் துளைத்தது பிணவாடை. கர்சீப்பால் அழுத்தி மூடிக் கொண்டு திரும்பி மார்ச்வரியின் வாசலை நோக்கி நடக்க ஆரம்பித்தார். பின்னால் செந்தாழையின் தேம்பல் இன்னமும் கேட்டுக் கொண்டிருந்தது.

•••